AF748026

மனிதர்கள்

வல்லிக்கண்ணன்

Title: Manithargal

Author: Vallikannan

Language: Tamil

First Published on: 1991

Year of Publication: 2024

Book Format: Paperback

*Page Size: 6inch * 9inch*

Category: Fiction

Subject: Short Stories

No. of pages: 128

ISBN: 978-81-998117-4-4

Published by: Nilan Publishers, Madurai, Tamilnadu, India

Copyright © Nilan Publishers, 2024

பொருளடக்கம்

முன்னுரை..4

1. சத்திய தரிசனம்..5

2. கந்தையா வளர்த்த கலை..19

3. மனிதர்கள்..26

4. விபரீத உணர்வுகள்...33

5. மனித பலம்...46

6. மனம் செய்யும் வேலை..53

7. காதல் போயின்..59

8. புன் சிரிப்பு...71

9. தீ வேலி..79

10. நிழல்களின் பின்னே...94

11. மனமூட்டம்...103

12. தோல்வியில் வெற்றி..111

13. எங்கே சேர்க்குமோ?..120

குறிப்புகளுக்காக

முன்னுரை

உலகம் ஒரு பல்கலைக் கழகம். வாழ்க்கை, அனுபவங்கள் மூலம் கற்றுத்தருகிற, ஆசான். மனிதர்களே விதம் விதமான புத்தகங்கள்.

மனிதர்களை, அவர்களுடைய விந்தைக் குணங்களையும் விநோதமான போக்குகளையும், கண்டு ரசிப்பது இனிய விஷயமாகும். அவை கதைகள், நாவல்கள் முதலியவற்றுக்கு ஆதாரமான பொருள்களாகவும் அமைகின்றன.

அப்படி வாழ்க்கையும் மனிதர்களும் என் உள்ளத்தில் ஏற்படுத்திய பதிவுகளும், மனச் சலனங்கள் பிறப்பித்த எண்ணங்களும் கனவுகளும் சுவையான கதைகளாக எழுத்து வடிவம் பெற்றுள்ளன.

வெவ்வேறு காலங்களில் அவ்விதம் உருவாக்கப்பட்ட கதைகளில் பதின்மூன்று இந்தத் தொகுப்பில் இடம் பெற்றுள்ளன. இவை பல்வேறு சந்தர்ப்பங்களில் பல பத்திரிக களில் பிரசுரம் பெற்ற கதைகள் ஆகும். இவற்றை வெளியிட்ட பத்திரிகளுக்கும் அவற்றின் ஆசிரியர்களுக்கும் என் நன்றி உரியது.

இக்கதைகள் இப்போது பூங்கொடி பதிப்பகம் வெளியீடாகப் பிரசுரம் பெறுவது எனக்கு மிகுந்த மகிழ்ச்சியை அளிக்கிறது. இவற்றை தொகுத்து அழகிய முறையில் புத்தகமாக வெளியிட முன்வந்த பதிப்பகத்துக்கும், என் இனிய நண்பர் வே. சுப்பையா அவர்களுக்கும் என் நன்றியைத் தெரிவித்துக் கொள்கிறேன்.

10. வள்ளலார் பிளாட்ஸ், புதுத்தெரு, லாயிட்ஸ் ரோடு, சென்னை - 600 005.

வல்லிக்கண்ணன்

1. சத்திய தரிசனம்

சதானந்தத்தை குழப்பம் ஆட்கொண்டு விட்டது! பல ரகமான எண்ணங்கள் அலைமோதின அவர் உள்ளத்திலே. சென்ற சில மணி நேரத்தில் அவரது காதுகள் கிரகித்துத் தந்த பலவித சிந்தனை ஒலிபரப்புகளும் அவருடைய எண்ணங்களோடு குழம்பி அவர் மன அமைதிக்குச் சங்கு ஊதின.

சதானந்தத்துக்கு முக்கியமாக தேவை மன அமைதி. சிந்தனைத் தெளிவு ஏற்படுவது இருக்கட்டும். எண்ணக் குழப்பங்கள் தலைவலியும் உளவேதனையும் தந்துவிடும் போல் தோன்றவே, அவர் தனியாக விலகி நடக்கத் தொடங்கினார். அமைதி பெறுவதற்காகத்தான்.

அன்றைய நிகழ்ச்சிகள் முடிவுற்றிருந்தன. அவரை யாரும் தேடப் போவதில்லை. தேடினால்தான் என்ன? அவருடைய 'இல்லாமை' பெரும் குறையாக உணரப்பட மாட்டாது. அப்பெருங் குழுவிலே. 'உயர் குழு' என்றும் சொல்லலாம்.

அங்கு விசேஷமாகக் குழுமியிருந்த அனைவரும் பெரிய வர்கள், மகாப் பெரியவர்கள்! அப்படி ஒவ்வொருவரும் நம்பி யிருந்தனர். சாதாரண மக்களை அப்பாவிகள் என்றும், அறியாதவர்கள் என்றும், மடையர்கள் என்றும் மதித்து, தங்களைத் தாங்களே மிக உயர்ந்தவர்களாகக் கருதிச் செயல் புரிகிறவர்கள். அவர்கள் பண்பினால் பலப்பலர். தொழிலால் ரகம்ரகமானவர்கள். டாக்டர் பேராசிரியர் வக்கீல் பெரும் வியாபாரி செல்வர், பத்திரிகை முதலாளி - இப்படிப் பல்வேறு துறைகளில் ஈடுபட்டு, வெற்றிகரமாக வாழ்க்கையை அனுபவிக்கிறவர்கள். இம்முறையில் அவர்கள் அந்த இடத்தில் கூடியிருக்கவில்லை. சிந்தனையாளர், வேதாந்தி, தத்துவதரிசி, ஆன்மீகவாதி, 'இன்டெலக்சுவல்' என்று ஒருவரை ஒருவர் அறிந்து பழகி வந்த அவர்கள் இருளிலே ஒளியைத் தேடுவது; காலவெள்ளத்தில் நிலைபெறும்

வழியை நாடுவது' என்கிற ஒரே தாகத்தினால் ஈர்க்கப்பட்டு அங்கே வந்து கூடி இருந்தார்கள்.

கருத்துக்கள் பரிமாறிக் கொள்ளவும், ஒவ்வொருவரது சிந்தனைச் சிற்றொளி சிதறுகிற மின்வெட்டுகளைத் திரட்டி அறிவுப் பேரொளி கண்டு ஆத்மதீபத்தை அணையாது வளர்க்கவும், வாழ்க்கையின் மெய்ப்பொருள் உணர்ந்து, அதைப் பற்றுக் கோடாகக் கொண்டு மண்ணிலே விண்ணகம் அமைக்கவும் அவாவுற்ற உயர்பண்பினருக்கு ஏற்ற மிக அருமையான சூழ்நிலையாக வாய்த்திருந்தது அந்த இடம்.

அழகான, இனிமையான, குளுமை நிறைந்த, இயற்கை வளம் செறிந்த சூழல்தான். ஜீவந்தி நிறைவோடு நடை பயின்று கொண்டிருந்தது ஒரு பக்கத்தில். கண்ணெட்டும் தூரமெலாம் அது தந்த வளமை பசுமையாய், இனிமையாய், கண்ணுக்கு விருந்தாய் பரந்து கிடந்தது. நெடுந் தொலைவிலே மலைத்தொடர் கருநீலமாய் காட்சி தந்தது. வானம் நீலமாய் விரிந்து கிடந்தது. மரங்களுக்குக் குறைவே கிடையாது. இயற்கை அமைதியாய் கம்பீரமாய் கொலு விருக்கும் சந்நிதியில் நிற்பதுபோல் ஒரு மனநிறைவும் புனித உணர்வும் ஏற்படும் அந்த சூழ்நிலையில்.

அவர்கள் தேர்ந்தெடுத்த இடமும் அத்தன்மையானது. வெயில் எங்கும் சுட்டெரித்துக் கொண்டிருந்தாலும் அதன் கொடுமை தாக்க முடியாது அந்த இடத்தில். அடர்ந்த நிழல் சிந்தும் பெரும் மரங்கள் மிகுந்த தோப்பு அது. சதா குளுகுளு என்றிருக்கும். மென்காற்றும் நிழலும் உடலுக்கு இதமும் உணர்வுக்கு சுகமும் தரும் அந்தச் சூழலில் உள்ளம் கிளுகிளுக்கும். உயர் எண்ணங்களிலே சஞ்சரிக்கும் சுபாவ முள்ள அந்தப் பெரியவர்கள் தங்களைத் தாங்களே வேத் காலத்து மகான்கள் என்றும், ஞானவேள்வி புரியும் தற்கால ரிஷிகள் என்றும் கற்பித்து மகிழ்ந்து போனதில் வியப்பு இல்லைதான்.

வெவ்வேறு ஊர்களில் சிதறிக் கிடந்த அந்த 'ஞானச் செல்வர்' பலரையும் அங்கே குழுமச் செய்து வயிற்றுக்கு உணவும், வாய்க்கு வேலையும் செவிக்கு விருந்தும் ஏராளமாகக் கிடைக்கச் செய்த பெருமை திருவாளர் திருமலையப்பர் அவர்களையே சாரும். அவரை 'ஜனகர் என்றும், 'மகாஞானி' என்றும், 'ஞானச் சுடர் என்றும்

அங்கே கூடிப் பேச்சு மழை பொழிந்த அறிவாளிகள் பாராட்டத் தயங்கவில்லை.

திருமலையப்பர் மகாரசிகர், மாபெரும் ஞானி. அறிவின் கருவூலம், ஞானப்பிழம்பு. இவ்வாறெல்லாம் புகழ்ந்தார்கள் பலரும். அன்றாலின் கீழிருந்து அருள் புரிந்த இறைவனின் இன்றைய உருவம ஐயா அவர்கள் என்றுகூட ஒருவர் சொன்னார். குளிர்தரு நிழலடர்ந்த தோப்பில், மரங்களின் கீழ் 'இன்டலெக்சுவல்' களை ஒருங்கு சேர்த்து, ஞான வேட்டையில் ஈடுபடுத்திய அறிவுச் செல்வரின் சொந்த இடம்தான் அது. அக்கிராமமே அவருக்குச் சொந்தம். பக்கத்தில் பல மைல் தூரம் வரை அவருக்குத் தோப்பும் துரவும் உண்டு; நன்செய் புன்செய் உண்டு; வீடு மனைகள் உண்டு; மக்கள் சுற்றம் உண்டு: இருந்தும் அவர் பற்றற்றவர். எனவேதான் அவர் இருபதாம் நூற்றாண்டு ஜனகர்!

ஏதோ அரசாங்க அலுவலில் பெரிய அதிகாரியாகப் பணி புரிந்து ஓய்வு பெற்றவர் திருமலையப்பர். பதவியிலிருந்த காலத்தில் அவர் நேரடியாகவும் மறைமுகமாகவும் சேர்த்த சொத்துக்கள்தான் இவை எல்லாம். அதைப்பற்றி 'இன்டலெக்சுவல்கள்' ஏன் கவலைப்படவேண்டும். முடிவு தான் முக்கியம்; முடிவை எய்தத் துணை புரியும் வழிகள் எப்படியும் இருக்கலாமே! இதுவும் அறிவாளி வகுத்த தத்துவம் தானே? மேலும் திருமலையப்பர் தம்முடைய பொருளாலும் அறிவாலும், வேதாந்த தத்துவ விசாரணைகளினாலும் அறிவாளிகளுக்கெல்லாம் விருந்து அளிக்கவில்லையா என்ன? அறிவொளி சுடர்விட்டுப் பிரகாசிக்க உதவுவது புனிதமான யாகம் வளர்ப்பதற்கு

ஈடானது அன்றோ? ஆகவே, ஞானப் பசியர்கள் சிறு விஷயங்கள் பற்றி வீண் கவலை கொள்வதில்லை,

ஆராயப்போனால் அவர்களும் ஒரு கிளைப்பறவைகள்தானே!

பெரும் வியாபாரியின் பாங்குக்கணக்கு ஏறிக்கொண்டே போகிறது. கார், பங்களா, உயர்ரகச் சாப்பாடு - இப்படி வாழ்க்கை வசதிகள் குறைவற் உள்ளன. வாழ்க்கை யில் வெற்றி என்ற ஒருநிறைவு. அவர் கல்விமான். சுயமாகச் சிந்திக்கும் அறிவாளி அவருக்குப் பணம் சேர்வதைக் கண்டு பொறாமைப் படுகிறவர்கள் 'கருப்புச் சந்தை கள்ள நோட்டு' என்று முணுமுணுப்பது வழக்கம். அதைக் குறித்து அவர் ஏன் கவலைப்படவேண்டும்? உயர்ந்த சிந்தனைகளில் பறந்து ஞானத்தின் மூலத்தைக் கண்டு பிடித்தாக வேண்டிய கவலையும் கடமையும் அவருக்கு இருக்கிறதே.

டாக்டர்- ரொம்பவும் கைராசிக்காரர். திறமைசாலி. மாதத்தின் முதல் வாரத்தில் அவர் வீட்டுமுன் காத்துக் கிடக்கும் கூட்டமே விளம்பரப்படுத்தும் அவருடைய தொழில் வெற்றியைப் பற்றி. மினுமினுக்கும் பட்டாடைகளும், ஒளிவெட்டும் வைரக்கம்மல்களும், பளபளக்கும் காரில் வந்து இறங்கும். வைத்தியம் செய்து கொள்ளத்தான். டாக்டருக்கு நல்ல வரும்படி. கட்டணம் அதிகம்தான். தங்கமும் வைரமும் பட்டும் சுமக்கும் உல்லாசிகள் டாக்டர் ஃபீஸ் பற்றி ஏன் கவலைப்படுவார்கள்? பெண் வியாதிகளில், "மர்ம நோய்"களில் வேண்டாத விளைவுகளை அகற்றுவதில் அவர் தேர்ந்தவர் என்ற பேச்சு சுற்று வட்டாரத்தில் நிலவியது. இதுதான் இந்த உலகத்தை பீடித்துள்ள கெட்ட வியாதி. வெற்றிகரமாக வாழ்கிறவர்களைப் பார்த்துப் புழுங்கும்! கரியைப் பூச முயலும்! இது குறித்து

'இன்டெலெக்சுவல்'கள் அலட்டிக்கொள்ளலாமா என்ன?

இந்த விதமாக வக்கீல், பேராசிரியர், பத்திரிகை முதலாளி,நடிப்புக் கலைஞர், கதை வசன கர்த்தா, கீதைப் பிரசங்கி முதலிய ஒவ்வொருவரைப் பற்றியும் - ஞான தாகம்

கொண்ட அறிவின் செல்வர்கள் பற்றித்தான் தனித்தனியே என்னென்னவோ சொல்லப்படுவது வழக்கம். எனினும் அவர்கள் கவலை கொள்ள மாட்டார்கள். இதற்கெல்லாம் மேம்பட்டவர்கள் நாம். 'வீ ஆர் எபவ் ஆல் தீஸ் திங்ஸ்!' என்பது அவர்கள் கோட்பாடு.

இந்தக் கூட்டத்தில் சதானந்தம் சேர நேர்ந்தது சந்தர்ப் யத்தின் விளையாட்டே தான்.

அவர் அறிவுப்பசி கொண்டவர்தான். ஆனால் செல்வர் அல்ல. உலகம் எனும் சர்வகலாசாலையில் வாழ்க்கை என்கிற புத்தகத்தை ஓயாது கவனித்துக் கற்று, அனுபவ ஞானம் பெறும் ஆசை கொண்டவர். ஆனால் வாழ்க்கையை வெற்றிகரமாகக் கழித்தோம் என்று பெருமையுடன் கூறும் நிலைபெறவில்லை அவர். அறிவொளி பெற விரும்பி அவர் நூல்களை படித்துக் கொண்டே இருந்தார். அதையே இன்பமாகக்கொண்டு விட்டதால் வேறுபலவித இன்பங்களையும் பெற்ற நிறைவு அவருக்கு ஏற்பட வழி இல்லாது போயிற்று. அவர் உள்ளம் உறங்கவில்லை. சிந்தனை சோம்பிக் கிடப்பதில்லை. அவர் தன்னை ஒரு 'இன்டெலக்சுவல்' என்று கருதுவதுமில்லை. உலகத்தை உணர, மனிதர்களைப் புரிந்து கொள்ள, விரும்புகிற மாணவன் என்றே எண்ணிச் செயல் புரிந்தார்.

"உமக்கு நிறைய விஷயம் கிடைக்குமய்யா. நம்மோடு வாரும்!" என்று அவரையும் அங்கே அழைத்து வந்து விட்டார் கதை வசனகர்த்தா தேவப்ரியன். இவர் ரசமான ஆசாமி நடிப்பைத் தொழிலாகக்கொண்டு வாழ்க்கையையும் நடிப்புக்கு உரிய வாய்ப்பாக மதித்து, நாடகமாடி களிக்கும் நடிப்புக் கலைஞர்களோடு பழகிப் பழகி, இவரும் தினசரி நடிப்புகளில் வெற்றிகரமாக முன்னேறி வருகிறவர்.

இவருக்கு எல்லோரும் நண்பர்கள். அவர்களிடையே விசித்திரப் பண்பினர் பலர். ஆகவே, சதானந்தத்தையும் அவர்

நண்பராக அங்கீகரித்து, தாராளமாகப் பழகி வந்ததில் வியப்பு எதுவும் இல்லைதான்.

சதானந்தத்துக்கு எல்லோரும் வியப்புக்கு உரியவர்களாகவும், எல்லாம் வியக்கப்பட வேண்டியவனாகவும்தான் தோன்றின. இந்த 'மரத்தடி மாநாடு'ம் வேடிக்கையுறக் காண்பதற்கு ஏற்ற ஒரு நாடகம் போல்தான் பட்டது அவருக்கு. அது முதலில், ஆனால் நேரம் ஆக, ஆக விவாதங்களும் விளக்கங்களும் சூடுபிடித்து வளர வளர, அவருடைய உள்ளத்தில் அலைகள் மோதலாயின.

வாழ்க்கையைப் பற்றித்தான் பலரும் பேசினார்கள். ஒவ்வொருவர் பேச்சிலும் மரணம் என்பது முக்கிய இடம் பெற்றது. மரணத்தை வெல்ல வேண்டும்; வாழ்க்கையை அனுபவிக்க வேண்டும் - இதுவே அங்கு குழுமியிருந்த 'இன் டலெக்சுவல்' ஒவ்வொருவரது இதயதாகமாகவும் கவலையாகவும் விளங்கியதை சதானந்தம் உணர முடிந்தது. ஆத்மா என்றும், அமரன் என்றும், வானவன் மண்ணகம் வருவது போவது பற்றியும் அவர்கள் பேசினார்கள் -- சிந்தனைகளை உதிர்த்தார்கள்.

ஆற்றங்கரை ஓரமாக, தனித்து, நடந்து கொண்டிருந்த சதானந்தத்தின் சித்தவெளியில் அவை இன்னும் அலை மோதின.

அலைகள்..

மண் ஏக்கத்தின்,தவிப்பின், வேண்டுதலின் நிலைக் களம்.

அதற்கு விண் அருள் புரியத் தவறுவதில்லை. விண்ணின் கருணை மழையாகப் பொழிகிறது. மழை மண்ணின் தாகத்தைத் தணிக்கிறது. அச்செயலில் அது சேறாகிக் குழம்புவதை, களங்கப்படுவதை, பெரிதுபடுத்துவது கிடையாது. மீண்டும் அது புனிதமான ஆவியாக மாறி வானகம் சேர்கிறது. ஆத்மாவும் இப்படித்தான். மனிதர்

உடலில் புகுந்து, உணர்ச்சிகளை திருப்திப்படுத்தக் கறைபட்ட போதிலும், களங்கமற்று உயர்வடைகிறது.

-ஆறு ஓடிக் கொண்டேயிருக்கிறது. முடிவற்ற காலத் தின் சித்திரம் அது. வளர்ந்து வரும் உயிர்க் குலத்தின் பிரதிபலிப்பு அது. உணர்ச்சிகள் என்பது கரைகள் மாதிரி. அவை ஆற்றை பாதிக்க முயலுகின்றன. ஆனாலும் ஆறு தான் கரைகளை அரிக்கிறது. தன் போக்கில் ஓடுகிறது.

-உணர்ச்சிகளை திருப்திப்படுத்துவதன் மூலமே, வாழ்க்கையின் நிறைவும், மரணத்தின் மீது ஆதிக்கமும் பெற முடியும். மரணத்தைக் கண்டு பயங்கொள்ளலாகாது,

கடமைகளைச் செய். பலனைக் கருதாதே. கீதையின் போதனையை மறக்கக்கூடாது.

இவையும் இன்னும் பலவும் அறிவாளிகளின் பேச்சில் உருண்டு புரண்டன. மரணத்தை எண்ணி அஞ்சாமல், வாழ்க்கையை நன்றாகச் சுவைத்து, புலன்களின் வேட் கைக்கு நிறையத் தீனி கொடுத்து திருப்திப்படுத்துவதன் மூலமே, ஆத்மா பிறவிப் பயனை நுகர்ந்து, விண்ணின்பம் அடையும் என்ற கருத்து ஒவ்வொருவர் பேச்சிலும் அழுத்த மாக ஒலி செய்தது. இந்திரன், அருணகிரி, புத்தன், கண்ணன் போன்ற பெயர்கள் அதிகமாக அடிபட்டன. அங்கு கூடியிருந்தவர்களின் பெயர்கள் - முக்கியமாக அபிநவ ஜனகர், திருமலையப்பர் நாமம் - புகழ்ச்சியாக உச்சரிக்கப்பட்டன.

மத்தியானம் வயிறார அருமையான சாப்பாடு மாலையில் சிற்றுண்டி ஆகியவற்றுக்கும் குறைவு இல்லை. ஆகவே, எல்லோருக்கும் குதூகலமும் குஷியும்தான்.

மாபெரும் சாதனை ஒன்றை வெற்றிகரமாகச் செய்து முடித்த பெருமகிழ்வு. ஆனால் சதானந்தம் உள்ளம் குறு குறுத்துக் கொண்டே இருந்தது. நாம் இந்தக் கூட்டத் துக்கு லாயக்கே இல்லை. வழி தவறி எங்கோ வந்து சேர்ந்து விட்டோம் என்ற மன உளைச்சல் அவரை அலைக்கழித்தது. அவர் வெறும்

'கேட்பர்' ஆக இருந்தாரே தவிர தனது சிந்தனைக் குழப்பங்களை வெளியிடுகிறவராகவோ, தெளிவில் பிறந்த தத்துவங்களை உலுப்புகிறவராகவோ முன் வந்து பேசவில்லை. உண்மையில் அந்த அறிவாளிகளின் உயர்ந்த பேச்சுகளும் அவர்கள் எடுத்து அவசிய மேற்கோள்களும் பிறவும் அவருக்கு எவ்விதமான தெளிவும் ஏற்படுத்தி விடவில்லை. வாழ்க்கை பற்றி அவர்கள் எல்லோரும் தீர்க்கமான உண்மைகளை உணர்ந்து ஒரு முடிவுக்கு வந்து விட்டவர்கள் போல் பேசிய போதிலும், அவர்கள் வாழ்க்கையின் முழுத் தன்மையையும் - அதன் சகல பண்புகள், கோணங்கள் உயர்வுகள், தாழ்வுகள் அனைத்தையும் - சிந்தனையில் கொண்டு அபிப்பிராயங்களை உருவாக்க வில்லை என்ற எண்ணமே சதானந்தத்துக்கு உண்டாயிற்று.

சந்தர்ப்ப வசத்தினால், வாழ்வின் மேல்பரப்பில் நிமிர்ந்து நிற்கும் வாய்ப்பு பெற்றுவிட்டவர்கள். படிப்பு - பணம் - பதவி முதலியவற்றின் பலத்தினால் தங்களைத் தாங்களே உயர்த்தியவர்கள், வெற்றி வாழ்வு வாழ்கிறவர்கள், நல் வாழ்வு வாழத் தெரிந்தவர்கள் என்று பாராட்டிக் கொள்ளும் போக்கு பெற்றவர்கள் அனைவரும். தாங்களே உலகம் எனக் கருதி, தங்களுக்கு உகந்தனவற்றையே சரியான நீதி என வகுத்துக் கொண்டு, மேலும் மேலும் சுக சௌகரியங்களைத் தேடுவதிலேயே கண்ணாக இருக்கி றார்கள். அதற்காகத்தான் ஆத்மா அமரவாழ்வு, விண் ணவர்பேறு என்றெல்லாம் குழப்புகிறார்கள்...இப்படி அவர் எண்ணினார்.

ஆற்றங்கரை மீது நெளிந்து வளைந்து நீண்டு கிடந்த ஒற்றையடித் தடத்தின் வழியே நடந்து கொண்டிருந்த சதானந்தம் சுற்றுப்புறப் பசுமைக் காட்சிகளை மட்டுமே கண்டார் என்று சொல்ல முடியாது. இதற்கு முன்னர் இப்படி அவர் நடந்து திரிந்து எத்தனை எத்தனையோ யாத்திரா மார்க்கங்களில் அவர் கண்டிருந்த, கேட்டிருந்த, வாழ்க்கைக் காட்சிகளில் அநேகம் இப்போது அவர் எண்ணத்தில் நிழலாடின. மனித வாழ்க்கை பசுமைகளும் இனிமைகளும் மட்டுமே கொண்டதல்ல; கோரங்களும் கொடுமைகளும்

மலிந்ததுதான் என்பதை அவருக்கு சதா உணர்த்திக் கொண்டு வரும் உண்மைகள் அவை.

காட்சிகள்..

- பரபரப்பும் பகட்டும் பொய்மையும் போலித்த மும், மேல் மினுமினுப்பும் மண்டிய நகரங்கள். மனிதம் குன்றிய மனிதாபிமானமே இல்லாத மனிதர்கள். அவர்கள் செயல்முறைகள்.

கிராமங்கள். உயிரியக்கம் குறைந்துபோன, வறுமையும் நம்பிக்கை வறட்சியும் மலிந்த, சமூகங்கள், செயலூக்கம் அற்ற மனிதர்களின் சிறுமைப் போக்குகள்.

-நகரங்களிலும், கிராமங்களிலும் எங்கும் எப்போதும் உழைக்கிறவர்கள்; உழைத்துக் கொண்டே இருப்பவர்கள்; வாழ்க்கையின் வெற்றி, சுக சௌகரியங்கள், நாகரிக வசதிகள் என்றெல்லாம் பெரிதுபடுத்தப்படுகிற வேளையிலும் - சூழ்நிலையிலும் என்னென்னவோ தொழில் செய்து எப்படி எப்படியோ நாளோட்டும் நெருக்கடி நிலை.

- நாகரிகத்துக்கும் மனித குலத்துக்கும் அத்தியாவசியத் தேவைகளான சில தொழில்களைச் செய்ய நேரிடுகிறவர்கள் இன்று இழிவாகக் கருதப்படும் தன்மையே நீடிப்பது. அவர்கள் முழு வயிற்று சாப்பாடு கூடப் பெற முடியாத அவல நிலை. பிரயோசனமில்லாத இல்லாமல் தீராது என்கிற அவசியம் எதுவுமற்ற தொழில்களில் ஈடுபடுகிற வர்கள் பணத்தில் புரண்டு படாடோபமாக உடுத்து அளவுக்கு அதிகமாகத் தின்று, சிறுமைச் செயல்கள் பலவும் புரியும் வசதிகள் பெறுவதற்கு வாய்ப்புகள்.

- நாகரிக மேல்மினுக்கு கொண்ட நகரங்களிலும், பாதாளச் சாக்கடையில், கழுத்தளவு அசுத்த நீர்க் குழம்பில் நின்று தொழில் புரிகிறவர்கள்... கிராமங்களில், சேறும் அசுத்தமும் நிறைந்த வயல்களில் உழவுத் தொழில் புரியும் மக்கள்...இவர்கள் பட்டினி வாழ்வு வாழ்கிற கொடுமை.

இப்படி எவ்வளவோ!

சதானந்தம் பெருமூச்செறிந்தார்.

ஓடும் நதியையே பார்த்தவாறு நின்றார்.

அந்தி நேரம் மேல்வானத்தை அழகும் ஒளி ஜாலமும் நிறைந்த ஓவியக் காட்சியாக மாற்றியது. பதுங்கி வந்த இருள் ஒளியை மெது மெதுவாக விழுங்கலாயிற்று.

ஆத்மீக சர்ச்சைகளில் ஈடுபட்டிருக்கும் உயர்ந்த அறிவாளி களின் குழுவில் கலந்து கொள்ளும் எண்ணத்தை ஒதுக்கிய வராய், சதானந்தம் ஆற்று மணல் பரப்பில் இறங்கி சிறிது தூரம் நடந்தார். மனசுக்குப் பிடித்த இடம் ஒன்றில் அமர்ந்து இயற்கை, நிகழ்த்தும் அற்புதங்களை ரசித்தவாறு இருந்தார்.

ஒளி மாய்ந்து இருள் வேகமாகப் பரவியது. ஒளி எழுந்து உலகைப் பளிச்சென விளக்கி, எங்கும் பரவிப் பாய்கிற செயல் அழகும் அற்புதமும் நிறைந்தது; ரசனைக்கு உரியது. அதேபோல், இருட்டு மெதுமெதுவாக வந்து, பின் லபக்கனப் பாய்ந்து, அனைத்தையும் தன்னுள் அடக்கிக் கொண்டு, ஆட்சி புரியத் தொடங்குவதும் ரசனைக்கு உரிய அற்புதமே ஆகும். இப்படி ஒரு எண்ணம் சுழியிட்டது அவருள்.

மணல் இன்னும் வெண்மையாகத்தான் தெரிந்தது. கண் முன்னே ஆறு கருமையாக ஊர்ந்து கொண்டிருந்ததும் அவருக்குள் புலனாயிற்று.

- ஆன்ம உயர்வு வேட்கையில் முனைகிறவர்கள் சொல்லும் உதாரணங்களையே கவனிப்போமே. ஆறு ஓடுகிறது. அது தன்னின்பம் மட்டுமா பெறுகிறது? தன் நிறைவும் தன்னுயர்வும் மாத்திரமா அதன் லட்சியங்கள்? இல்லையே! கால்வாய்களாகவும், குளங்களாகவும், சிறு சிறு வாய்க்கால்களாகவும் அது தன்னைப் பகிர்ந்து கொள்கிறதே. மண்ணை வளம் செய்யத் தன் சக்தியை அளிக்கிறதே. ஜீவ நதியின் பெருமை அதனுடைய உயிரூட்டும் வளம்

பெருக்கும், உயர் பணியிலன்றோ கிட்டுகிறது!... மழை பெய்கிறது! மீண்டும் நீராவியாகி வானை அடைகிறது என்பது சரிதான். மண்ணின் வறட்சியைத் தணிக்கும் அமுதமாக, வரும் மழை தன்னையே உலகுக்கு ஈந்து உயிர் ராசிகளுக்கெல்லாம் ஊட்டம் தருகிறதே. தன்னை இழந்து மன்னுயிர்க்கெல்லாம் பணிபுரியும் உத்தமப் பண்பை அல்லவோ அதனிடமிருந்து நாம் கற்றாக வேண்டும்?

மணலில் யாரோ நடந்துவரும் காலடி ஓசை 'சரக்' சரக்' என்று கேட்டது. பேச்சுக் குரலும் வந்தது. உழைத்துவிட்டு, நீராட வருகிறவர்கள் என்பது புரிந்தது.

அவர்கள் சற்றுத் தள்ளியே சென்றதால் இருட்டில் உட்கார்ந்திருந்த ஆளைக் கவனிக்கவில்லை. அங்கே அவ் வேளையில் அப்படி ஒருவர் சிலைபோல் இருப்பார் என்ற நினைப்புகூட அவர்களுக்கு எழ முடியாதுதானே!

அவர்கள் பல விஷயங்களைப் பற்றியும் பேசினார்கள். உரத்த குரலில் பேசினார்கள். அவர்கள் பேச்சு சதானந்தம் காதுகளில் மிகத் தெளிவாக விழுந்தது.

அன்றாடக் கவலைகள், கஷ்டங்கள் அரிசி கிடைக்காதது, குடும்பத்தில் சீக்கு பற்றி எல்லாம் பல குரல்கள் புலம்பிக் கொண்டன. வசதி உள்ளவர்களின் இரக்கமற்ற தன்மை குறித்தும் பேச்சு எழுந்தது. நெல்லை வீட்டில் நிறைய இருப்பு வைத்துக்கொண்டு, கொள்ளை லாபத்துக்கு விற்றல் அவர் வயல்களில் உழைக்கிறவர்களுக்குக் கூட கடனுக்குஅரிசி கொடுக்க மனமில்லாமை,வியாதி என்று உதவிக்குப் பணம் கேட்டால் 'அதிகப்பற்று ஆகிவிட்டது; பணம் தர முடியாது' என மறுத்தல், குழந்தை சாகக் கிடக்கிறது என்று முறையிட்டுப் பணம் கோரியபோது செத்தால் நல்லது தானேடா, ஒரு எண்ணிக்கை குறையும்.நீதான் வத வதன்னு பிள்ளைகளைப் பெற்றுப் போட்டிருக்கியே! என்று பேசும் திமிர்... இப்படிப் பலவிதப் புலப்பங்களோடு

சாமியார்களுக்கு மரியாதை, கோயில்களுக்கு நிதி உதவி, தானதருமத் தாராளம் பற்றிய செய்திகளும் கலந்து வந்தன.

அவர்கள் அவ்வட்டாரத்து 'ஜனகர்' திருமலையப்பர் பற்றித்தான் பேசுகிறார்கள் என்பதும் சதானந்தத்துக்குத் தெளிவாக விளங்கிவிட்டது.

அவர் உதடுகளில் சிறு சிரிப்பு நெளிந்து கொடுத்தது.

'நடமாடும் கோயில்கள்' ஆகும் மக்களுக்கு உதவுவதே நல்ல திருப்பணி என்று நம்பிச் செயல் புரிந்தவர்கள் வசித்து வந்த நாடு தான் இது. 'வாடிய பயிர்தனைக் கண்ட போதெல்லாம் நான் உளம் நொந்து வாடினேன், ஏழைகள் துயர் கண்டு நெஞ்சு உருகினேன்' என்று கூறிய வள்ளலாரும் ஆன்மீக வாதிதான். ஏழை எளியவர், நாட்டின் மக்களுக்கு எல்லாம் நல்வழி காட்ட உயர்ந்த சிந்தனைகளை எடுத்துச் சொன்ன விவேகானந்தரும் ஆன்மீகவாதி தான்... தாங்கள் உய்வுற மண்ணகத்து இன்பமெலாம் நுகர்ந்து விண்ணகத்தை இங்கு நிலைபெறச் செய்வோம் என்று பெரும் பேச்சுப் பேசுகிற மதவாதிகள், சாமியார்கள் ஆன்மீக உயர்வு தேடும் இன்டெலக்சுவல் வகையராக் களும்...

சதானந்தம் உள்ளம் சலனமற்று நின்றது ஒரு கணம். அவர் கண்களை மூடியவாறு உட்கார்ந்திருந்தார் சிறிது நேரம்.

குளித்து முடித்தவர்கள் போய்விட்டார்கள். கொஞ்சம் பருக்கையும் தண்ணியும் கலந்து வயிற்றுப் பசியைத் தணித்துக் கொள்ளத்தான்.

உண்டி கொடுத்தோர் உயிர் கொடுத்தோரே என்று சொல்லி வைத்திருக்கிறார்கள். உயிர்க் குலம் வாழவும் வளரவும் வகை செய்யும் உணவுப் பொருள்களைப் பயிரிடுகிறவர்கள், அத்தொழிலில் உழைக்கிறவர்கள் உணவு இல்லாமல் அவதியுறும் நிலைதான் நீடித்து வருகிறது. மனித குல உயர்வுக்குப் பாடுபடுவதாகப் பேசிப் புகழ் நாடும் சுகவாசிச் சாமியார்களும், மதவாதிகளும் உணவுப் பொருள்

உற்பத்திக்காக உழைத்தாலாவது புண்ணியம் கிட்டும். அது பயனுள்ள நற்பணியாக அமையும்.

சதானந்தம் மனம் இவ்வாறு குறுகுறுத்தது, அவர் கண் திறந்து நெடுகிலும் பார்த்தார்.

வானம் பூராவும் நட்சத்திரங்கள் பூத்துக் கிடந்தன. காணக் காண அலுக்காத காட்சி.

குளிர்ந்த காற்று சிலுசிலுத்தது, உடலுக்கும் உள்ளத்துக்கும் இதமாக இருந்தது.

'இந்த இடத்திலேயே படுத்துக் கிடக்கலாம் போலிருக் குது' என்று எண்ணினார் அவர். அப்படியே படுக்கவும் செய்தார்.

அவர் கண்கள் நட்சத்திரக் காட்டில் மேய்ந்து களித்தன. கிருஷ்ணபட்சத்து நிலவு நேரம் கழித்து எட்டிப் பார்த்தது.

அதன் பார்வையால் வானவீதி வெளிறித் தோன்றியது.

அப்போதுதான் அவருக்கு அந்த எண்ணம் பளிச்சிட்டது: 'மரணம் பற்றி மனிதன் சதா எண்ணிக் கொண்டிருக்க வேண்டியதில்லை. மரணத்துக்குப் பிறகு என்ன என்பது குறித்து மனசை அலட்டிக் கொண்டு அமைதி இழக்க வேண்டியதும் இல்லை. வாழ்க்கையின் இயல்பான முடிவு அது. வாழ்க்கை என்பது வாழ்ந்தாகப்பட வேண்டிய உண்மை. ஒவ்வொரும் அனுபவித்தே தீர வேண்டிய உண்மை. அது மாயையோ, மயக்கு வித்தையோ அல்ல. அதை தனக்கு ஒரு தண்டனையாகவும், மற்றவர்களுக்கு சுமையாகவும் வேதனையாகவும் ஆக்கிக் கொண்டிருப்பதை விட, கூடியவரையில் பிறருக்கு நன்மைகள் புரிந்து தானும் நற்பலன் பெறுவதே அறிவுடைமை ஆகும்...'

சிலிர்ப்புற எழுந்து உட்கார்ந்தார் சதானந்தம். அவருக்கு ஒரு தெளிவு ஏற்பட்டு விட்டது.

'இன்று புதிதாகப் பிறந்தோம் - இனி நல்வாழ்வு வாழ்வோம். மக்கள் மத்தியில் பொது நலப் பணிபல புரிந்து!' என்று தீர்மானத்தோடு எழுந்து நடக்கலானார்.

ஆற்றங்கரையை ஒட்டி, சிறிது தொலைவில், சிறுசிறு சுடரொளி மினுக்குவது தெரிந்தது. உழைப்பவர்கள் வசிக்கும் சிற்றூராகத்தான் இருக்கும். அதை நோக்கி நடந்தார் அவர்.

சதானந்தத்தின் உள்ளத்தில் கவிந்து கனத்துக் கிடந்த குழப்பம் போயே போய்விட்டது!

(1967)

2. கந்தையா வளர்த்த கலை

கந்தையா உறுதி பூண்டு விட்டான். எப்படியும் நாடகக் கலையை வளர்த்தே தீருவது என்று

நாடகக் கலையின் 'ஜாதக விசேஷம்', அதை யார் யார் எல்லாமோ வளர்த்தே தீருவது என்று திடமாகத் தீர் மானம் செய்துகொண்டு, ' உடல் பொருள் வாக்கு முழுவதையும் அதற்காக செலவு செய்வதையே தங்கள் வாழ்க்கை லட்சியமாக, அல்லது பிழைக்கும் வழியாக, அல்லது ஜாலி இனிமைகளுக்கு ஏற்ற பொழுதுபோக்கு ஆகக் கொண்டு விடுகிறார்கள்.

உயர்தர உத்தியோகஸ்தர்கள், சாதாரணக் குமாஸ்தாக்கள், ஓட்டல் தொழிலாளிகள், வேலை எதுவுமின்றி வீண்பொழுது போக்குகிறவர்கள், பணம் படைத்தவர்கள், பிறர் பணத்தை நம்பிச் செயல் திட்டம் தீட்டுகிறவர்கள். பெரிய இடத்துப் படித்த பெண்கள், அதலபாதாளத்தைச் சேர்ந்த அப்பாவிப் பெண்கள் -- இப்படிப் பலதரப்பட்டவர்களின் கண்வீச்சும். வாயடியும், கைத்திறனும் மேலே விழுந்து மொய்த்துக் கொண்டிருந்த போதிலும், இந்தத் திமிர் பிடித்த' நாடகக்கலை' முன்னேறி வளராமலும் பின்னேறிச் சாகாமலும் சண்டித்தனம் பண்ணுவதைப், பார்த்துத்தான் கந்தையாவும் தன்னால் இயன்ற திருப்பணியைச் செய்ய முன் வந்தான் என்று கருத இடம் இருக்கிறது.

இந்த ஆசை ஒரு தொத்து நோய் மாதிரி; 'ஸீசனல் ஃபாஷன்' போல; வேலையில்லாதவர்களின் வீணத்தனம்; 'ஜல்சாப்பண்ண' சௌகரியமான வழி இந்த விதமாகவும் இன்னும் பலவிதமாகவும், அநேகர் சொல்லெறியத்தான் செய்தார்கள். ஆனால், கந்தையா கவலைப்படுவானா? அவர்களுக்கு ஐயோ! அவர்கள் என்ன பேசுகிறார்கள்

என்பதை அவர்களே புரிந்து கொள்வதில்லை!" என் பெரிய ஞானி போல் சொல்லி ஒதுக்கிவிட்டான்.

'பல மரம் கண்ட தச்சன்', 'உருண்டு புரண்டு ஓடும் கல்' என்றெல்லாம் குறிப்பிடுகிறார்களே, அந்த இனத்தில் சேர்க்கப்பட வேண்டியவன் கந்தையா. அவன் கடைசி வரையில் பள்ளிப் படிப்பை முடிக்கவில்லை. கடைகளில் வேலை, வக்கீல் குமாஸ்தா உத்தியோகம் என்று விதம் விதமான தொழில் முறைகளையும் தொட்டுப் பார்த்துவிட்டு, சும்மா இருப்பதே சுகம் என்று உணர்ந்திருந்தான்.

அவனது விசாலப் பார்வையும், கூட்டாளிகளின் உபதேசமும், நாகரிக நகர நடவடிக்கைகளும் சேர்ந்து அவனை நாடகக் கலை மீது அனுதாபமும் ஆர்வமும் கொள்ளத் தூண்டின.

அந்தப் பேட்டையின் சபா, இந்த வட்டாரத்தின் சபை, இன்னொரு பாக்கத்தின் கலைக்குழு என்று மூலைக்கு மூலை நாடகக் கலை வளர்ப்பு வேலைகள் தீவிரமாக நடை பெறுகிறது. நம்ம பேட்டை மட்டும் ஏன் தூங்கிக் கிடக் கணும்? நாமும் ஒரு கலைக் குழுவைத் துவக்குவோம்... என்று கந்தையா நினைத்தான்.

'பளா! பளா! அருமையான ஐடியா!' என்று அவனுடைய நண்பர்கள் ஆரவாரமாக ஆமோதித்தார்கள்.

அவன் வீட்டில் ஒரு அறை கலைக் குழுவின் அலுவலகம் ஆகிவிட்டது. எப்போதும் அங்கே நாலைந்து பேர் கூடி யிருந்து, நாடகக் கதை பற்றியும், நடிகர் தேர்வு குறித்தும் சினிமா சான்ஸ்' பற்றியும் மனம் போல் பேசி மகிழ்ந்தார்கள்.

கந்தையாவுக்கு ஓரளவு வசதி இருந்தது, அவனுக்குச் சொந்தமான வீடுதான் அது. அதன் சில பகுதிகளை வாடகைக்கு விட்டிருந்ததன் மூலம், மாதந்தோறும் பணம் வந்து கொண்டிருந்தது. மொட்டை மாடியில், தேவைக்கு வேண்டிய பந்தல்போட்டு, அதை 'நண்பர் கலைக்குழு'வின்

நாடக ஒத்திகைகளுக்கு ஏற்ற இடமாக மாற்றிவிட்டான் அவன்.

'ஓட்டல் தொழிலாளர்கள் பலர் நாடகங்கள் எழுதி, நடிக்கவும் முன்வந்து விடுகிறார்கள். அப்படியிருக்கையில் நாம் என்ன மட்டமா? நம்மால் நாடகம் எழுத முடியாதா? டைரெக்ட் செய்ய முடியாதா?' என்று கந்தையா எண்ணினான். 'துணிந்து செய் வாத்தியாரே!' என்று நண்பர்கள் தூபம் போட்டார்கள்.

கந்தையா எப்படியோ ஒரு நாடகம் எழுதிவிட்டான். எப்படியோ சில நூறு ரூபாய் சேர்த்தான். நாடக அரங் கேற்றத்திற்குத் தேதியும் குறித்து முடித்தான். ஆகவே, 'நண்பர் கலைக் குழு' ஜாம் ஜாமென்று செயல் புரியத் தொடங்கியது.

'நாடக ஆசிரியர் இய்க்குநர்' கந்தையாவுக்கு, நாடகக் கலையை வளர்ப்பதற்காக ஈடுபட்டுள்ள சொஸைட்டி 'வண்ணப் பறவைகள்', 'ஃபாஷன் யுவதிகள் எவரையும் தெரியாத காரணத்தினாலே, இந்த விதமான நாடகங்களையும், நாடகத் தயாரிப்பாளர்களையும் நம்பி வாழ்கிற இளம் பெண்களின் துணையை நாட வேண்டிய அவசியம் ஏற்பட்டது.

'நானாச்சு வாத்தியாரே! இதுக்காகவே எத்தனையோ பேரு காத்திருக்காங்க. ஒரு நாடகத்துக்கு முப்பது ரூபா கொடுத்தால் போதும்' என்று உதவி புரிய முன்வந்தான் முத்துசாமி. இவன் 'ஆர்மோனியஸ்ட்'டும் கூட.

'வெறும் முப்பது ரூபாதானா? ஒத்திகைகள், நாடகம் எல்லாத்துக்குமே?' என்று ஆச்சர்யமாக விசாரித்தான் கந்தையா.

பின்னே, இவளுக இருக்கிற லெச்சனத்துக்கும், இவளுகளிடம் இருக்கிற கலைத் திறமைக்கும் நூறு நூறாகவா அள்ளிக்கொடுப்பாங்க? இந்த முப்பது ரூபாகூட கிடைக்காமல் எத்தனைபேரு லோல் படுறாங்க தெரியுமா?' என்று அனுபவ ஞானத்தைக் கடைபரப்பினான் மற்றவன்.

'ஒரு நாடகம் நடக்க இரண்டு மூணுமாதங்களாவது ஆகும். எத்தனையோ தடவைகள் ஒத்திகை நடக்கும். இதுக்கெல்லாம் சேர்த்து முப்பதே முப்பது ரூபாதான் அவங்களுக்கு என்பது ரொம்பக் குறைச்சல்தான்' என்று இளகிய மனம் படைத்த கந்தையா உருகிப் போனான்.

கவலைப்படாதே வாத்தியாரே! அந்தப் பெண்களே இதுபற்றிக் கவலைப்படுவது கிடையாது. நீ ஏன் வீணாக அலட்டிக்கிறே? மேலும், இந்த ஏற்பாட்டினாலே அந்தப் பொண்ணுகளுக்கு வேறு பல லாபங்கள் இருக்கின்றன. ஒத்திகைகளின் போது வயிறு நிறைய டிபன் - காபி கிடைக்கும். நடிக பிரதர்களின் கவனிப்பைக் கவர்ந்து அன்பளிப்புகள் பெற முடியும். நாடகக்கலை ரோமியோக்களின் ஆசையைத் தூண்டி, அவர்களோடு உறவு கொண்டு, அவ்வப் போது பணம் பெறவும் முடிகிறது. உலகம் இருக்குதே, வாத்தியாரே, அது ரொம்பப் பெரிய விஷயம். ஒவ்வொரு துறையும் ஒரு பெரிய விஷயம்தான். ஒவ்வொன்றிலும் வெளிப்படையாகத் தோன்றுவது போக, ஆழ்ந்து ஆராய்ந் தால் மட்டுமே புலனாகக்கூடிய, அற்புத உண்மைகள் நிறையவே உண்டு என்று லெக்சரடித்தான் முத்துசாமி, அவன் ஒரு படா போர் !

புத்ததேவனுக்கு போதி மரத்தடியில் ஞானோதயம் ஏற்பட்டதுபோல இந்த 'போர்' முன்னிலையில் கந்தையா வுக்கு ஞானம் உதயமாயிற்று. 'ஓகோ! இவ்வளவு விஷயங்கள் இருக்குதா?' என்று தலையை ஆட்டிவைத்தான். "கலைக் காவலன் ஆகத் திட்டமிட்டிருக்கும் நாம் கலைஞர்களின் பாதுகாவலன் ஆக வேண்டியதும் அவசியம் என்று அந்த நிமிடமே அவன் இரண்டாவது உறுதியையும் மேற்கொண்டு விட்டான். ஆனால் இதை அவன் வாய் விட்டுச் சொல்லவில்லை."

முத்துசாமி முதல் நாடகத்துக்காக மூன்று பெண்களை அழைத்து வந்தான். குமாரி தேவகி, பேபி நளினி, சாவித்திரி என்று அறிமுகப்படுத்தினான். 'ஒரிஜனல் பெயர்களை

ஒதுக்கிவிட்டு அழகான பெயர்களை அணிந்து கொள்வது சினிமா, வட்டாரத்திய ஃபாஷன் அல்லது தொழில்முறை மட்டுமல்ல; உதிரிகள் நாடகத்துறையிலும் சகஜமாகிவிட்ட ஒரு வழக்கம்தான்.

இவர்களில் தேவகியைக் கந்தையாவுக்கு மிகுதியும் பிடித்துவிட்டது.

'உயரம் கம்மியான, சதைப் பிடிப்பு உள்ள, பெண்களை நமக்டி அதிகம் பிடிக்கும்' என்று அவன் அடிக்கடி சொல்வது உண்டு. அவனுக்குப் பிடித்த பெண் இலக்கணத் திற்குரிய இலக்கியமாக இருந்தாள் தேவகி.

ஒத்திகைகள் அமர்க்களமாக நடைபெற்றன. ஒவ்வொரு ஒத்திகையுமே ஒரு விசேஷ நாடகம் போலிருந்தது அரங்கேறப் போகிற நாடகத்துக்கான முன் தயாரிப்பு என் கிற வெளிச்சத்தின் பின்னே, மூன்று பெண்களையுமே கதாநாயகிகளாகக் கொண்டு, சுவாரஸ்யமான காட்சிகள் உயிர்த்துடிப்போடும் உணர்ச்சிப் பெருக்கோடும் நடிக்கப் பெற்றன. ஜிலு ஜிலுப்புக்கும் சிரிப்பின் கலீரிடல்களுக்கும் குறைவே இல்லை.

ஒருநாள் இரவு, ஒத்திகை முடிவதற்கு இரண்டு மணி ஆகிவிட்டது. அன்று குமாரி தேவகி கவர்ச்சிகரமாக ஆடை அணிந்து, கலகலவென சிரிப்பைக் கொட்டி, வசியப் போஸ்கள் காட்டி, அற்புதமாக விளங்கினாள். வாத்தியார் கந்தையா அவளிடம் மனம் பறிகொடுத்தான். 'இத்தனை நேரத்துக்குப் பிறகு ரொம்ப தூரம் நடந்து போவானேன் தேவகி? இங்கேயே படுத்துக்கொள்ளேன்!' என்று அன்பும் பரிவும் கலந்து கனிவுடன் கூறினான்.

'அவன் பார்வையையும் பேச்சின் பொருளையும் பாந்து கொண்ட தேவகி. ஒயிலாக நின்று, ஒய்யாரமாக நோக்கி அர்த்தம் பொதிந்த மோகனப் புன்னகை பூத்தாள். அவ்வளவுதான். சொக்கிவிட்டான் பையன்!'

அன்று முதல் குமாரி தேவகி அந்த வீட்டிலேயே தங்கி விட்டாள்.

"பாவம்! கஷ்டப்படுகிற கலைமகள் ஒருத்திக்கு நம்மால் ஆன உபகாரம் செய்யலாமே என்ற நல்லெண்ண தான் காரணம்" என்று அளந்தான் 'கலைக்காவலன்' கந்தையா

'ஆகா,உமது பரந்த நோக்கத்தையும் அன்பு உள்ளத்தையும் நாங்கள் அறியாமலா இருக்கோம்!' என்றார்கள் அவனுடைய நண்பர்கள்.

'நண்பர் கலைக்குழு'வின் முதல் நாடகம் வெற்றிகரமாக நடைபெற்றது. சம்பந்தப்பட்ட அனைவருக்கும் ரொம்ப திருப்தி. கந்தையாவுக்கு இரட்டிப்பு மகிழ்ச்சி. அவனுடைய கலை முயற்சி வெற்றி பெற்று விட்டது; அவனுக்கு ஒரு கலைத் துணைவி கிடைத்து விட்டாள் என்பதனால்!

சில மாதங்கள் கழிந்தன. என்ன நண்பர் கலைக்குழு அவ்வளவுதானா! என்று சிலர் கேலி பேசலாயினர்; கந்தையா சும்மா இருந்து விடுவானா? எழுதினான் அடுத்த நாடகத்தை. ஏற்பாடுகள் செய்தான் ஒத்திகைக்கு.

இப்போது மிஸ் புஷ்பா என்ற பெண்மீது அவனுக்கு மோகம் பிறந்தது. அதன் விளைவாக, தேவகி இடத்தை காலி செய்து தரவேண்டிய நெருக்கடி ஏற்பட்டது. அதற்காக அவளோ, கந்தையாவோ வருத்தப்படவில்லை

'கஷ்டப்படுகிற பெண்ணுக்கு நம்மாலான உதவியை அவள் வாழ்க்கை பூராவும் வைத்துக் காப் பாற்ற முடியுமா?' என்றான் அவன்.

செய்யலாம்.

"கரெக்ட், வாத்தியாரே!" என்று ஆமோதித்தான் நண்பன் முத்துசாமி.

கந்தையா ஒரு பாலிசி வகுத்துக்கொண்டான் என்பது நாளடைவில் அவன் நண்பர்களுக்குப் புரிந்துவிட்டது.

கந்தையா ஒரு புது நாடகம் எழுதிவிட்டான் என்றால் ஒரு புதிய ஜோடிக்கு திட்டம் போட்டு விட்டான் என்று அவர்கள் கணிக்க முடிந்தது. ஒரு நாடக ஒத்திகையின் போது கூடிய பெண்மீது கந்தையாவுக்கு அலுப்பு ஏற்பட ஆரம்பித்து விட்டது என்பதற்கு அடையாளம்தான், 'நான் அடுத்த நாடகத்துக்கு ஐடியாப் பண்ணியாச்சு. எழுதவும் ஆரம்பித்தாச்சு' எனும் அவனது அறிவிப்பு என்றும் அவர்கள் புரிந்து கொண்டார்கள்.

இது குறித்து அவர்கள் குறை கூறவும் இல்லை. 'உலகம் ரொம்பப் பெரிய விஷயம். அதில் எல்லாம் நடக்கும். எல்லாத்துக்கும் இடமிருக்கு!' என்று முத்துசாமி சொல்வது வழக்கம். இந்தக் கணிப்பு கலைக் குழு நண்பர்கள் அனைவருக்கும் பிடித்திருந்தது.

'நான் நாடகக் கலைக்குப் பணி புரிகிறேன். அத்துடன் கஷ்டப்படும் கலைப் பெண்களுக்கும் நம்மாலான உபகாரம் பண்ணலாமே என்ற நினைப்பு. ஒரே பெண்ணுக்குத்தான் உதவி பண்ணவேண்டும் என்று என்ன கட்டாயம்? நமது அன்பும் உதவியும் நல்லெண்ணமும் பலருக்கும் பயன் படட்டுமே என்றுதான் இப்படிச் செய்கிறேன்' என்று கந்தையா சொல்லலானான்.

'வாத்தியார் கந்தையா வாழ்க! அவர் தயவால் நாடகக் கலையும் வாழும்; மன்மதக் கலையும் வளரும்!' என்று ஆரவாரித்தான் முத்துசாமி.

(1967)

3. மனிதர்கள்

சுகமான படுக்கையில் சோம்பலோடு உருண்டு புரளும் சொகுசுக்காரிபோல, கடலின் நீர்ப்பரப்பு புரண்டு கொண்டிருந்தது. வீறுகொண்டு பொங்கி எழுந்து வெறியோடு பாய்ந்து நுரை சிதற வீழ்ந்து மடியும் பேரலைகள் இல்லை அந்த இடத்தில். எனினும், கடலின் அசைவுகள் பார்வைக்கு இனிய விம்முதல்களையும் வடிதல்களையும் உருவாக்கி, சிறுசிறு அலைகளை நடனமிடச் செய்து கொண்டிருந்தன.

பெரும் அற்புதமாய், மகத்தான வலிமையின் சித்திர மாய், விரிந்து கிடக்கும் ஆழ்கடலின் மீது, மனித உழைப்பின் - ஆற்றலின் - மாண்பின் சின்னங்களின் ஒன்றே போல், அசையாமல் நின்றது ஒரு கப்பல். வாணிபக் கப்பல்.

கொந்தளிக்கும், குமுறும், அலைமோதும் மா கடலின் மீது, இயற்கையின் வலிய சக்திகள்பேரில், மனிதன் அடைந்துள்ள வெற்றியை நிரூபிக்கும் உருவப் பிரமாணங்களில் ஒன்றாய் எங்கெங்கோ சென்று வந்துள்ள அது, இப்போது மெல்லென ஆடி அசையும் தொட்டிலில் நிம்மதியாய் தூங்கும் குழந்தை போல, அலட்சியமாய், அமைதியாய் நின்று கொண்டிருந்தது.

பெரிய கோட்டை போன்ற அந்த அமைப்பிலிருந்து விலகி விலகி, வசீகரமான ஒரு பறவை மாதிரி, ஒய்யாரமாக நீந்திக் கரை நோக்கி முன்னேறியது ஒரு லாஞ்ச்.

அந்தக் கப்பலை வேடிக்கையாகப் பார்க்க வந்து, பின் கரைக்குத் திரும்பும் குழுவினர், கரையிலிருந்து கப்பலுக்கு முக்கியமாக சில சாமான்களை எடுத்துச் சென்ற உழைப் பாளிகள், லாஞ்சைச் சேர்ந்த சிலர் இப்படி பலதரப்பட்டவர்கள் போனது போல் திரும்பிக் கொண்டிருந்தார்கள். அவர்களோடு புதிதாகச் சேர்ந்திருந்தார்கள் கப்பலிலேயே வசித்துத் தொழில் புரியும்

மாலுமிகள் ஐந்துபேர். ஏதோ புரியாத மொழி பேசும் அயல் நாட்டினர்.

அவர்கள் மற்றவர்களுக்கு விந்தையாய் கண்டு நகையாடுவதற்கு ஏற்ற வேடிக்கை உருவங்களாகத்தான் தோற்றம் அளித்தனர். அவர்களது நிறமும், முக அமைப்பும், பேச்சும் செயல் முறைகளும் பிறரின் பார்வைக்கும் பேச்சுக்கும் ஊக்க மூட்டும் விஷயங்களாக இருந்தன.

மேலே எல்லையற்று விரிந்துகிடந்த வானத்தையும், சுற்றிலும் பரந்து வியாபித்திருந்த கடல் நீரையும், தங்கள் கப்பலின் உட்புறத்தையும், தங்களையும் மாத்திரமே வாரக் கணக்கில் கண்டு கண்டு அலுத்திருந்த அக் கடலோடிகள் மண்ணை மிதித்து, மனிதர்கள் மத்தியில் பழகக் கூடிய வாய்ப்பினைப் பெற்றிருந்ததனால் உள்ளூற ஊற் றெடுத்துப் பொங்கிக் கொண்டிருந்த உணர்ச்சிகளிலே திளைத்திருந்தார்கள்.

உள்ளத்திலே அரும்பி முகிழ்த்த நுண் உணர்வுகளின் மலர்ச்சி அவர்களது முகத்தில் சிலிர்த்துச் சிரித்தது. கரையையே நோக்கித் தாவிய அவர்களது குறுகலான பழுப்பு நிறக் கண்களில் மின்னலிட்டு ஒளிர்ந்தது. ஒருவனது குவிந்த உதடுகளினூடே இனிய சீட்டியாக ஒலி செய்தது; இன்னொருவனின் வாய் வழியே கனத்த குரல் பாட்டாக வெடித்தது. லாஞ்சின் மையப் பகுதி மேல் எழுந்து நின்று கைகளை இறக்கைபோல் ஆட்டிக் கொண்டு தனிநாட்டியம் பயின்ற ஒரு நெட்டையனின் கோமாளித்தனத்தில் குமிண் சிரிப்பாக வெளிச்சம் காட்டியது.

தங்கள் சந்தோஷத்தின் இனிமையை அதிகப்படுத்த ஆசைப்பட்டவர் போல, ஒவ்வொருவரும் தத்தமது கால் சட்டைப் பைக்குள்ளிருந்து கை நிறைய மிட்டாய்களை வெளியே எடுத்தனர். மினுக்குத் தாளை உரித்தெறிந்து விட்டு, இரண்டிரண்டு மிட்டாய்களை வாயில் போட்டுக் குதப்பினர். தங்களையே பார்த்துக் கொண்டிருந்த மற்றவர்களுக்கும் மிட்டாய் தானம் செய்தனர்.

அதைத் தொடர்ந்து சிகரெட். நீளமாக அமைந்திருந்த அயல் நாட்டு சிகரெட், ஆளுக்கு ஒன்றைப் பற்ற வைத்துக் கொண்டு அவர்கள் பிறருக்கும் வழங்கினர். இரண்டொருவர் -'வேண்டாம்' என்று தலையசைத்து மறுத்தனர். சிலர் சிகரெட்டை வாங்கி அப்போதே பற்ற வைத்தனர். ஒன்றிருவர் அப்புறம், 'கரையிலே போய் டிபன் சாப்பிட்ட பிறகு உபயோகிக்கலாம்' என்று சட்டைப் பையில் பத்திரப் படுத்தினர். ஒருவன் பார்த்தியா, நான் ரெண்டு வாங்கிட்டேன். "நெட்டையன் கிட்டே ஒண்ணு. தடியன் கிட்டே ஒண்ணு" என்று பெருமையாகச் சொன்னான்.

'ஏன் மணி நீ வேண்டாம்னிட்டே?' என்று வெள்ளைச் சட்டை நபர் தன் நண்பனிடம் கேட்டான்.

'நான்தான் ஸ்மோக் பண்றதில்லையே!'

'நீ ஸ்மோக் பண்ணாட்டா என்ன? அதை வாங்கி என்னிடம் தந்திருக்கலாமே. அருமையான ஃபாரின் சிகரெட். 'சும்மா கிடைப்பதை ஏன் விடணும்?' என்றான் வெள்ளைச் சட்டை நாகரீகத் தோற்ற ஸ்டைல் மாஸ்டர்.

மணி மனசில் கசந்து கொண்டான். கப்பலைப் பார்க்க வந்தவர்களில் அவனும் ஒருவன். இயற்கையின் வலிமையை யும் வனப்புகளையும், மனித உழைப்பின் உயர்வையும் அளவுகளையும் கண்டு களித்து எண்ணி வியந்து கொண்டிருந்த அவனுக்கு, இப்போதைய நிகழ்ச்சிகள் உறுத்த லாயின. சுவையான உணவை ரசித்து உண்ணும்போது எதிர்பாராத வகையில் சிறு சிறு கற்கள் உணவோடு கலந்து ருசி பேதம் உண்டாக்குவது போலிருந்தது அவனுக்கு.

கூலி வேலை செய்கிறவர்களில் ஒருவன், உருண்டை முகமும் தடி உருவமும் பெற்றிருந்த மாலுமியிடம், எனக்கு ஒரு சிகரட் கொடுத்தாரே, சிகரெட்... சிகரெட் என்று சொற்களாலும், சாடைகளினாலும் தனது விருப்பத்தைத் தெரியப்படுத்தினான்.

சொத்தை விழுந்து, கறுப்பேறிய பற்களைக் காட்டியவாறே அவன் 'நோ, நோ சிகரெட்ஸ்' என்று சொல்லி கை விரித்தான்.

ஏமாற்றம் அடைந்த கூலிக்காரன் "பண்ணிப்பய! அவன் மூஞ்சியைப் பாரேன். அசல் பன்னிதான். இல்லேங் கிறான் தேவ்டியா மகன்" என்று தனது ஆத்திரத்தைத் தணித்துக் கொண்டான். தொடர்ந்து பெருமையாக, 'நான் நாலு வச்சிருக்கேன். அப்புடிச்சது வேற. ஸ்டாக் பண்ணி கிட்டா அப்புறமாப் புடிக்கலாம். இல்லேன்னா டீக் கடைக்காரனிடம் கொடுத்தால் டீயும் காசும் தருவான். அதுக்குத் தான்' என்று பேசினான். அவன் ஏச்சையும் பேச்சையும் ரசித்துச் சிரித்தனர் பலர்.

"இது என்ன பிச்சைக்காரப் புத்தி!" என்று குமைந்தது மணியின் உள்ளம்.

லாஞ்ச் வேகமாகப் போய்க்கொண்டிருந்தது. கப்பலிலிருந்து கரைக்கு சுமார் எட்டு மைல் தூரம் போக வேண்டும். கரை ஓரத்தில் ஆழம் பற்றாது என்று தொலைவிலேயே கப்பல்கள் நங்கூரமிடப் பெற்று நிற்பது வழக்கம்.

காற்று சிறிது வலுத்திருந்தது. அதனால் நீர்ப்பரப்பில் விம்முதல்களும் வடிதல்களும் உருவில் பெருத்திருந்தன. சிற்றலைகள்கூட அளவில் வலியதாகியிருந்தன. குஷியாக முன்னேறும் குதிரை மாதிரி லாஞ்ச் பாய்ந்து, உயர்ந்து தணிந்து, எவ்வி எவ்விச் சென்றது. அதன் வேகத்திலே பிளந்து புரண்ட நீர்ப்பகுதி சலாரிட்டு லாஞ்சில் மோதிச் சிதறித் தெறித்தது. அவ்வீச்சில் அலையாய் பொங்கிய நீர் சீற்றத்தின் சிறு திவலைகள் லாஞ்சின் மேலே ஜாலியாக அமர்ந்திருந்தவர்களின் கால்களை நனைத்தன. வீடு திரும்பும் வானம் வண்ண சூரியனுக்குப் பிரிவுபசாரம் கூறும் வண்ணக் கலவைகளால் உவகைக் காட்சி விழா நடத்திக் கொண்டிருந்தது.

இவை எல்லாம் மணியின் உள்ளத்தில் கிளர்ச்சி உண்டாக்கின. இந்த இனிமைகளை ரசிப்பது சாத்தியமாகும் வகையில்

உழைத்து வசதிகள் செய்துள்ள மனித சாதனைகளை எண்ணி வியந்தது அவன் மனம், கடலோடிகளில் ஒருவன் மணியின் நண்பரிடம் ஏதோ விசாரித்தான். அவன் ஆங்கிலத்தில் தான் கேட்டான். ஆயினும் அவனுடைய ஆங்கிலமும், அதை அவன் உச்சரித்த விதமும் குழப்பமே தந்தன. எதுவும் விளங்கவில்லை.

'உனக்கு ஏதாவது புரியுதா?' என்று நண்பன் கேட்டான்.

'இல்லையே!' என்றான் மணி.

மாலுமிகளுக்குப் புரியாது என்ற தைரியத்தில், அவர் களைப்பற்றி பச்சையாகவும் கொச்சையாகவும் வசவுகளைக் கலந்து தமிழில் தாராள விமர்சனம் செய்து கொண்டிருந்த ஒருவன், இந்தக் காட்டு மாட்டுப் பயல்களிடம் பேசிப் பழகுறதுக்கே ஒரு நேக் வேணும். நான் பேசுறேன் பாருங்க என்று முன்வந்தான். ஓட்டை உடைசல் இங்கிலீஷில் எப்படி எப்படியோ பேசினான். அவர்கள் கேட்க இவன் சொல்ல, இவன் விசாரிக்க அவர்கள் பேச என்று எவ்வாறோ உரையாடல் நிகழ்ந்தது.

பிறகு அவன் மற்றவர்களிடம் சொன்னான்; அருமையான வாட்ச் வச்சிருக்கானாம். யாருக்கும் வேணுமின்னாத் தருவானாம். விலைக்குத் தான். ஆனா விலை மலிவாத் தானிருக்கும்.கூலிங்கிளாஸ், பவுண்டன் பேனா எல்லாம் கிடைக்கும். எனக்கு ஒரு பேனா தாறேன்னு சொல்லியிருக்கான் இனாமா. நாளைக்கு மத்தியானம் சாமான்கள் கொண்டு வரும்போது. கப்பல்லே அவனை சந்தித்துக் கேட்கும்படி சொல்லியிருக்கான். பன்னித் தேவடியா புள்ளெங்க, சொன்னாச் சொன்னபடி செய்யும்...

வார்த்தைக்கு வார்த்தை சுகமான வசவுகளையும் கெட்ட வார்த்தைகளையும் தாராளமாகக் கலந்து கொண்டிருந்தான் அவன். அப்படிக் கலக்காமல் அவனால் பேச முடியாது என்றே மணிக்குத் தோன்றியது.

நாகரிகமாகவும் நல்ல நிலைமையிலும் இருப்பதாகத் தோற்றம் காட்டிய ஒருவர், 'ஏ, அந்தத் தடியனிடம் பேசி நமக்கு ஒரு கூலிங்கிளாஸ் வாங்கிக் கொடேன். நீ அவன் கிட்டேயிருந்து ஓசியிலே அடிச்சிட்டு வரப்பாரு. நான் உனக்கு ஸம்திங் தந்துடுறேன். கவலைப்படாதே. உன்னை நல்லாவே கவனிப்பேன்' என்றார்.

அவர்களுடைய பேச்சில் பேராசையும் சின்னத்தனமும் குதி போட்டுக் கும்மாளியிட்டன. பகட்டான புறத் தோற் றத்தினுள்ளே புதைந்து கிடந்த சிறுமைக் குணங்கள் அவர் களது பேச்சின் மூலம் கட்டவிழ்த்துக்கொண்டு விளையாடின.

இயற்கையின் வலிமையும் வனப்பும் சிரித்துக் கொலு விருந்த அந்தச் சூழ்நிலையில், இயற்கையை வென்று தனக்கு ஆட்படுத்திக் கொண்ட மனித உழைப்பின் சாதனை மகத் துவமும் மாண்பும் நிரூபணமாகிக் கொண்டிருந்த களத்தி லேயே மனிதரிடம் இயல்புகளாக ஒட்டிக் கொண்டு வளரும் சிறுமைகளின் தன்மையும் வெளிப்பட்டதைக் கண்டு மணி புழுங்கினான். சீ, என்ன பிழைப்பு இது!' என்று கொதித்தது அவன் உள்ளம்.

பாஷை தெரியாதவங்களை ஏன் இப்படிக் கேவலமாகக் கருதிப் பேசணும்? மனிதப் பண்பில் நம்பிக்கை வைத்துத் தானே அவங்க எல்லோரிடமும் சகஜமாகப் பழக வாராங்க என்று மணி நண்பனிடம் சொன்னான்.

இதைவிட மோசமா, பயங்கரமா எல்லாம் நடந்து கொள்வாங்க. அவங்க கிட்டே நயமாகப் பேசி, ஷோக்கான பொம்பளைகளிடம் கூட்டிப் போறேன்னு ஆசை காட்டி, எங்காவது இட்டுப் போய் பணத்தைப் பறித்துக்கொண்டு திண்டாட விட்டுடுவாங்க. அப்படிச் செய்றவங்களும் இருக்கிறாங்க. அதுவும் நடக்கத்தான் செய்யுது' என்றான் அவன்.

'பேசுகிற பாஷை புரியாமல்...' என்று மணி ஆரம்பிக் கவும், நண்பன் குறுக்கிட்டான்: 'இங்கேருந்து பாஷை தெரியாத

இடங்களுக்குப் போறவங்களிலும், எத்தனையோ பேரு எத்தர்களிடம் சிக்கி ஏமாந்துதான் போறாங்க. மற்றவங்க பலவீனங்களைப் பயன்படுத்திக் கொண்டு ஏமாற்றிப் பிழைக்கிறவங்க எல்லா இடங்களிலும் இருக்கத்தான் செய்கிறாங்க. அவங்களும் மனுஷங்கதானே!

லாஞ்ச் ஒரு குலுக்கலுடன் நின்று விட்டது. இறங்க வேண்டிய இடம் வந்தாயிற்று. எல்லோரும் பரபரப்புடன் இறங்கும் முயற்சியில் ஈடுபட்டார்கள்.

அன்றைய அனுபவ அதிர்ச்சி உள்ளத்தில் ஏற்படுத்திய ஊமை வேதனையினால் சங்கடப்பட்ட மணி கடலையும் வானையும் செயலற்று நோக்கினான்.

எப்போதும் போல் வலிமையோடும் வனப்போடும் தான் காட்சி அளித்தன இயற்கைச் சக்திகள்.

(1973)

4. விபரீத உணர்வுகள்

"ஆங், யாரது?"

உளறிக்கொண்டே திடுக்கிட்டுக் கண் விழித்தார் புன்னைவனம். அவர் பார்வை அண்டிமிங்கும் புரண்டு சுவர்களில் சாளரத்தில் கதவுகளில் எல்லாம் மோதி மேஜைக்கே திரும்பி வந்தது.

விளக்கு எரிந்து கொண்டுதானிருந்தது. கதவுகள் தாழிடப் பெற்றிருந்தன. அறைக்குள் யாரும் இல்லை. எவரும் வரவும் முடியாது.

அப்போதுதான் அவர் உணர்வில் குத்தியது - *படித்துக் கொண்டே யிருந்த நாம் நம்மை அறியாமலே தூங்கி விட்டோமே! விளக்கைக்கூட அணைக்காமல்! எழுந்து போய் படுக்கையில் படுக்காமல்!*

குழிவான, உட்காருவதற்கும் சாய்வதற்கும் சௌகரியமான பிரம்பு நாற்காலியில் அமர்ந்து படித்துக் கொண்டிருந்தார் புன்னைவனம். அசதியும் தூக்கமும் கிறக்கி விடவே அவர் தம்மை அறியாமல் தூக்கத்தில் ஆழ்ந் துள்ளார். ஏதோ சத்தம் கேட்டது போலிருந்தது. யாரோ கூப்பிடுவதுபோல. அவர் காதருகில் வந்து தெளிவில்லாக் குரலில் என்னவோ கத்துவது போலும் கேட்டது. கேட்டதாக ஒரு உணர்வு உறுத்தவே தான் அவர் திடுக்கிட்டார். கண் விழித்தார்.

கண்களைக் கசக்கி விட்டுக் கொண்டு, முகத்தைத் துடைத்தபடியே அவர் நினைத்தார், *'சே, என்ன அசட்டுத் தனம்! இந்த அறைக்குள் இந்த வேளையில் யார் எப்படி வரமுடியும்?'* என்று.

மேஜைமீது, சுவரோரத்தின் மூலையில், நின்ற சிறு சிலையை அவர் கண்கள் குளுமையாய் தடவின. இளமை பூரிக்க நின்ற

அழகுக் கன்னி அவரை நோக்கிக் குறும்புப் புன்னகை பூத்தாள்.

'அருமையான வேலைப்பாடு. அற்புதமான சிலை, அழகு விளையாடுது.அருள் கொஞ்சுது. இதோ வாய்திறந்து பேசிவிடுவேன் என்பதுபோல் அல்லவா பார்க்கிறாள்!' என்று அவர் எண்ணினார். ஒன்றரை அடி உயரக் கல்லில் உணர்ச்சியை ஓட விட்டிருக்கிறான். அவன் அல்லவா கலைஞன்! உயிர் இல்லைதான். என்றாலும் ஜீவன் தளும்புகிறது இந்தச் சிலையில்' என்றும் அவர் உள்ளம் பேசியது. அதையே வைத்த கண் வாங்காமல் பார்த்துக் கொண்டிருந்தார் சிறிது நேரம்.

இப்போ மணி என்ன இருக்கும் என்ற உணர்வின் அறிப்பு அவரைக் கடியாரம் பக்கம் பார்வை ஏவும்படி தூண்டியது.

மணி 10-40.

'இவ்வளவுதானா? இன்னும் கொஞ்சம் நேரம் படிக்க லாமே!' என்று எண்ணி, அவர் நிமிர்ந்து உட்கார்ந்தார். மேஜைமீது அவருக்கு முன்னே விரிந்து கிடந்த பெரிய புத்தகத்தின் மேல் கண்கள் படிந்தன.

ஆனால், கவனம் படியவில்லை. அவர் உள்ளத்தில் அமைதியில்லை. பழைய நினைவுகளும் புதிய எண்ணங் களும் முட்டி மோதி முரண்டிக் கொண்டிருந்தன; அவர் பார்வை மீண்டும் சிலை அழகியைக் கொஞ்ச ஓடியது.

'சில நாட்களுக்கு முன்னே இது காட்டுக்கோயில் பிரகாரத்தில் மண்ணோடு மண்ணாகக் கிடந்தது. கவனிப் பாரற்றுக் கிடந்தது. இங்கே வந்த பிறகு ஜம்மென்று கொலு இருக்கிறாள் சுத்தரி...'

புன்னைவனம் சிரித்துக்கொண்டார். சிலையும் அவரைப் பார்த்து பதிலுக்குக் குறுநகை புரிவது போலிருந் தது.

அவர் ரசிகர். கலையின் காதலர். அழகு நிறைந்த ஓவியங்களையும், அற்புதமான சித்திரங்களையும், நயம் மிகுந்த இலக்கியங்களையும் அனுபவித்து மகிழும் சுபாவம் அவருக்கு இருந்தது. நல்ல நல்ல புத்தகங்களை வாங்கிக் குவித்தது போலவே, சித்திரங்களையும் கலைப் படைப்பு களையும் வாங்கி, தமது வீட்டில் அணிபெற வைத்து, தினம் கண்டு கண்டு களிப்புற்றார். அவரும் அவரொத்த நண்பர் களும் கலைச் சிறப்புகள் உள்ள இடங்களுக்கு அடிக்கடி போய், அங்குள்ள பொக்கிஷங்களைக் கண்டு ரசித்து மகிழ்தைப் பொழுது போக்காகக் கொண்டிருந்தார்கள்.

அவ்வாறு சென்றிருந்த உல்லாச உலா ஒன்றின்போது தான் இந்த சிங்காரச் சிலை அவர் கையில் சிக்கியது. சிற்றூர் ஒன்றிலிருந்து முக்கால் மைல் தூரம் தள்ளியிருந்த காட்டுக் கோயிலில் அற்புதமான சிலைகள் இருக்கின்றன என்று அறிந்த கலை அன்பர்கள் அங்கே போனார்கள்.

பழங்கால மன்னன் எவனோ கட்டுவித்த பெரிய கோயில்தான். அக்காலத்தில் ஒளியும் ஒலியும் பக்தியும் பாடலும், பூஜையும் ஆடலும் நிறைந்து ஜேஜே என் றிருந்திருக்கும். கால ஓட்டத்தில் அந்த இடம் தன் பெருமையை, உயர்வை, உயிரையே இழந்துவிட்டது. வெறுமையாய், வறண்ட சூழலாய், வெறும் கற்களாய், ஜீவனற்று சோபை குன்றி நின்றது கோயில்.

ஆயினும், அதனுள் தூண்களிலும் மண்டபக கற்களிலும் விக்கிரகங் களிலும் கலை ஒளி குன்றாது, உணர்வுத் துடிப்புடன், விதம் விதமான உருவங்களில் வாழ்ந்து கொண்டிருந்தது.

போனவர்கள் பார்த்தார்கள். வியந்தார்கள். ரசித்தார்கள். புகழ்ந்தார்கள். நேரம் போனதே தெரியவில்லை, நல்ல கலை விருந்து அவர்களுக்கு. ஒவ்வொள்றையும் விடாது ஆராய்ந்தார்கள்.

பிரகாரத்தில் எது எதையோ பார்த்து வியந்து வந்த புன்னைவனம் "ஆகா!' என்று உவகைப் பெருக்கோடு கூவினார். மற்றவர்களும் கூவினார்கள்.

அவர் சிறு சிலை ஒன்றை அன்போடும் ஆதரவோடும் பற்றிக் கொண்டிருந்தார். மண்ணில் கிடந்து தூக்கி யெடுத்த சிலையைத் துண்டால் துடைத்துக் கொண்டிருந்தார். அழகியின் அற்புத நயங்கள் எடுப்பாக மிளிர்ந்தன. "ஆகா, என்ன அழகு! என்ன அழகு!" ஊறு கொஞ்சும் குரலில் கூறிக்கொண்டிருந்தார் அவர்.

'புன்னைவனத்துக்கு ஒரு காதலி கிடைத்துவிட்டாள்!' என்று கிண்டல் பண்ணினார் ஒருவர்.

'இவள்தான் அழகி. இவள் ரதி' என்றார் இன்னொருவர்.

'மோகினி சிலையாக இருக்கும்' என்றார் வேறொரு நண்பர்.

'யாராக இருந்தால் என்ன? சொக்கழகு சுந்தரி இவள்' என்று புன்னைவனம் சொன்னார்.

'ஓகோ,கண்டதும் காதலா? இவளை நீர்விட மாட்டீர் போலிருக்கே?' என்று முதல் நண்பர் பரிகாசம் பேசினார்.

'பொன்னவிர் மேனிச் சுபத்திரை மாதை புறம் கொண்டு போன அர்ஜுனன் மாதிரி, இவர் இந்த மோகினியை தன்னோடு தூக்கிக் கொண்டு போவார் என்கிறீர்களோ?' என்று ஒருவர் பேச, 'ஏன் செய்யக் கூடாது? பேஷாகச் செய்யலாமே?' என்று இன்னொருவர் அங்கீகரித்தார்.

தமாஷாகத் தொடங்கிய எண்ணம் செயலாக முடிந்து விட்டது. ஒரு பைக்குள் திணித்து, துணிகளில் அடக்கம் செய்து, அச்சிறு சிலையை வீடுகொண்டு சேர்த்தார்கள் நண்பர்கள். புன்னைவனம் வீட்டிலேயே அது இருக்க வேண்டும் என்று தீர்மானித்தார்கள். அவர் எதையும் ஆட் சேபிக்கவில்லை.

அன்று முதல் அவர் அதிகமான உற்சாகம் கொண்டவராகவே தோன்றினார். அவருள் ஒரு பரவசம் புகுந்து விட்டது போலிருந்தது. உள்ளக் கிளுகிளுப்பும் உணர்ச்சிப் பரவசமும் கொண்டவராய், அவர் சதா மோகினி சிலையைப் பார்த்து மகிழ்ந்து போனார். இரவு வேளைகளில் விழித்தெழுந்தால், ஸ்விட்சைத் தட்டி விளக்கில் ஒளிவரச் செய்து, வெளிச்சத்தில் குளித்து நிற்கும் மோகினியைக் கண்குளிரக் கண்டு விட்டுத்தான் மீண்டும் தூங்க முயல்வார். உடனேயே தூக்கம் வந்து விடுமா? சுந்தரிகளுக்கெனச் சிரிப்பது போல் கூட அவர் உணர்வு அவரை ஏமாற்றும் பிரமைதான்.

இப்போதும் அப்படி ஒரு பிரமைதான் அவரோடு விளை யாடியிருக்கிறது! இதை எண்ணவும் அவர் தனக்குள் சிரித்துக் கொண்டார்.

சோம்பலும் சுகவிருப்பமும் அவரை நாற்காலியில் சௌகரியமாகச் சாய்ந்து, படுத்துக்கிடப்பது போல் ஒடுக்க முறத் தூண்டின. சிலையை பார்த்தவாறு சாய்ந்து கிடந்தார் அவர்.

விழிப்பின் பிரக்ஞையும் தூக்கக் கிறக்கமும் தழுவிக் குழம்பி மயக்கம் உண்டாக்கும் நிலை. நினைவின் நிழல்கள் போலும் கனவின் சாயைகள் போலும் கண்ணுக்குள் உரு வங்கள் அசைந்தாடும் நிலை. எங்கோ எழும் ஒலிகளின் தேய்ந்த அலைகள் போலவும், கனவில் கேட்கும் குரல்கள் போலவும் காதருகில் ஏதேதோ குழம்புகின்ற நிலை.........

பெண் ஒருத்தி பெரும் சிரிப்பு சிரித்தது போல் தோன்றியது. 'என்ன, அதுக்குள்ளே தூக்கமா?' என்று மெல்லிய குரலில் கேட்பது போலவும் இருந்தது. பாதசரம் இசையொலி எழுப்ப, காலைத் தரைமீது எடுத்து வைத்து அசைவது போலவும் பட்டது.

புன்னைவனம் மறுபடியும் திடுக்கிட்டு, நிமிர்ந்து உட்கார்ந்தார். சிலை சிலையாகத்தான் நின்றது. அதே குறும்புச் சிரிப்புடன்; விஷமப் பார்வையோடு.

'சே! என் உணர்வுகள் என்னோடு கிச்சுக் கிச்சு விளை யாடுகின்றன!' என்று அவர் நினைத்தார். எழுந்து அந்த அறையில் அப்படியும் இப்படியும் நடந்தார்.

மணி பதினொன்றுதான் ஆகியிருந்தது. ஏனோ அவர் மனம் படுக்கையை நாடவில்லை. படுத்தாலும் தூக்கம் வராது என்றே தோன்றியது. படிக்கவும் பிடிக்கவில்லை. உள்ளத்தில் அலைமோதல்கள் - உணர்ச்சிகளின் கொதிப்பு. எண்ணங்களின் குறுகுறுப்பு.

ஒரு ஜன்னல் அருகே நின்று வெளியே பார்வையை ஓடவிட்டார் அவர். 'ஆகா' என்று சொக்கிப் போனார்.

வெளி உலகம் அசைவற்று, அமைதியுற்று, ஆழ்துயில் பயின்று கொண்டிருந்தது. இயற்கை வெண்மய நிலவுப் போர்வையால் உலகைப் போர்த்தியிருந்தது. அவ்வொளிப் பூச்சு எல்லா இடங்களையும், எல்லாப் பொருள்களையும் மண்ணையும் மரங்களையும், கட்டிடங்களையும் வெறும் வெளியையும், அனைத்தையுமே - மோகனக் காட்சிகளாய் - எடுத்துக் காட்டியது. அமைதி நிறைந்த அழகுமயமான இக் காட்சியைக் கண்டு ரசிக்க மனமில்லாமல் - வியந்து இன்புறத் தெரியாமல் - எல்லோரும் தூங்கிக் கிடக்கிறார்களே என்ற அனுதாப உணர்வு புன்னைவனத்திடம் பிறந்தது.

'இன்று பௌர்ணமி' என்று சொன்னது அவர் அறிவு. "அதுதான் நிலவின் சௌந்தர்யம் இன்று இவ்வளவு அற்புத மாசு இருக்கிறது" என்று அவர் எண்ணிக் கொண்டார்.

பால் ஒளி சித்திரிக்கும் பேரழகை நன்றாக ரசிக்கலாமே என்று ஆசை தூண்டியது. அவர் அறையின் விளக்கை அணைத்தார். உள்ளே இருள் கவிந்தது. வெளிப்புறத்தின் ஒளி வெள்ளம் பிரகாசமாய் உறுத்தியது. அதுவே குளுமையாய், எழிலாய் மலர்ந்த அற்புதமாய் விளங்கியது.

அந்த அமுத இனிமையில் அவர் தன்னை மறந்து நின்றார். இனம் கண்டு கொள்ளமுடியாத பூச்சிகளின் விதம் விதமான

சத்தங்கள் விடாது ஒலித்துக் கொண்டிருந்தன. தூரத்தில் ஒரு மரத்தில் ஆந்தை அலறியது. வெளவால் ஒன்று சிறகடித்துச் சுற்றிச் சுழன்று ஜன்னல் பக்கமும் வந்து போனது. அறையினுள் வண்டோ, பறக்கும் பூச்சி எதுவோ சுவரில் மோதி, டக்கெனக் கீழே விழுந்தது. காகிதங்களினூடே கரப்பான் பூச்சி ஊர்வதுபோல் ஓசை எழுந்தது. அவர் முதுகை யாரோ தொட்டதுபோல், கழுத்தில் மூச்சுக் காற்று பட்டதுபோல், காதருகே கிசு கிசுத்தது போல் அவருக்கு உணர்வு உண்டாகவும், புன்னைவனம் அவசரமாகத் திரும்பிப் பார்த்தார். அவர் உடம்பு புல்லரித்தது. ரோமங்கள் சிலிர்த்தன.

உள்ளே இருட்டுத்தான் அவர் கண்களைத் தாக்கியது. வெளி உலகின் ஒளிப்பிரவாகம் காரணமாக, அறைக்குள் இருட்டு கன்னக் கனிந்ததாய் கனத்துத் தொங்காமல் வெளிறியிருப்பதை அவர் உணர முடிந்தது. வேறு எதுவும் புலனாகவில்லை.

'சரி. நாற்காலியில் உட்காரலாம்' என்று நடந்தார். அவர் முகத்தில் மென்மையான பட்டுத்துணி படிந்தது போலிருந்தது. ஒரு கணம் அவருக்கு எதுவுமே புலனாக வில்லை. சிறு மயக்கமும் தலைச்சுற்றலும் ஏற்படுவது போலிருந்தது. ஒருவாறு சமாளித்துக்கொண்டு நாற்காலி யில் வந்து விழுந்தார். ஆமாம். விழுவதுபோல் தானிருந்தது அவர் உட்கார்ந்தது.

மனம் விசித்திரமானது. உணர்ச்சிகள் விபரீதமானவை. இவை மனிதனை எப்படி எப்படி எல்லாமோ ஆட்டிப் படைக்கின்றன; அலைக்கழித்து பாடாய்ப் படுத்துகின்றன. எந் நேரத்தில் இவை ஒருவனை காலை வாரிவிடும், பித்தனாக்கும் அல்லது பேயனாக மாற்றும் என்று நிர்ணயிப்பதற்கு இல்லை.

புன்னைவனத்தின் மனம் ஒரு நிலைப்படவில்லை. அவருடைய உணர்ச்சிகள் தறிகெட்டுக் குழம்பி நின்றன; அவரைக் குழப்பத்தில் தள்ளின.

அதிகமான உழைப்பு. சரியான போஷாக்கு இல்லாமை. ஓய்வு இல்லாதது. போதிய தூக்கமின்மை- இவை எல்லாம் சேர்ந்து, என் நரம்புகளை பாதித்து விட்டன. ஏதாவது டானிக் வாங்கிச் சாப்பிடணும். நிறைய ஓய்வு பெற்று, அருமையாகத் தூங்கவேண்டும். என்று அவர் தனக்கே உபதேசித்துக் கொண்டார். சிறிது கண்களை மூடினார்.

தூக்கத்தில் காணும் கனவு என்றும் சொல்ல முடியாது. நினைவு நிழலாடவிடும் உருவம் என்றும் சொல்ல முடியாது. இரண்டுக்கும் இடைப்பட்ட ஏதோ ஒன்று!

ஒரு அழகி. இருட்டுக்கும் ஒளியூட்டும் நிலவுக்கதிர் யுவதி. வெண் ணொளிப் பகட்டாடை அணிந்து, புன்னகை ஒளி பரப்பி வந்தாள். அவளது காலணிகள் கிணுகிணுத்தன. அவள் நெஞ்சில் நிறைந்து உணர்வைக் கிளறிவிடும்படியான மணம் எழுப்பும் மலர்களைச் சூடியிருந்தாள். அவள் நின்ற இடம் எங்கும் அவ்வாசனை சூழ்ந்துவிட்டது. அவருக்கு அந் நறுமணம் மிகவும் பிடித்திருந்தது.

கண்ணைத் திறந்து நன்றாகப் பார்க்கவேண்டும் என்ற ஆசை அவருக்கு உண்டாயிற்று. ஆனால் இமைகளைத் திறக்க முடியவில்லை. 'நீ யார்?' என்று கேட்க முயன்றார். ஏதோ ஊமைக் குரல்தான் எழுந்தது அவரிடமிருந்து. கலீர் சிரிப்பொலியை அவர் காதுகள் நன்றாகக் கிரகித்தன. அவர் நிமிர்ந்து உட்கார முயற்சித்தார். இரண்டு மென் கரங்கள் அவர் தோள்களை அழுத்துவது போலிருந்தது.

சுகந்தம் இழையோடிய மென்மூச்சு அவர் முகத்தில் படுவதாக ஒரு உணர்வு பிறந்தது.

புன்னைவனம் திமிறினார். திடுக்கிட்டு, உடம்பைத் திருகி முறுக்கிக் கொண்டு நிமிர்ந்தார். பசை கொண்டு ஒட்டியது போல் மூடிக்கிடந்த இமைகளைத் திறந்து, கண்களைக் கசக்கிக்கொண்டு விழித்தார். பழக்கமான சூழ்நிலைதான் காட்சி தந்தது. புதுமை என்று சொல்லும்படியாக எதுவும் பார்வைப் புலனில் தாக்கவில்லை.

ஒரே அடியாக இவ்விதம் முடிவு கட்டுவதற்கு இல்லை என்று குறுகுறுத்தது அவர் மனம். இது புதுமைதானே என்று உட்குரல் பேசியது-

சுவரில், உயரத்தில், காற்றோட்டத்திற்காக இடம் பெற்றிருந்த ஒரு வட்டவடிவத் துவாரத்தின் வழியாக நிலவொளி வந்து, கணக்காக சிலை அழகியை ஒளியுறுத்திக் கொண்டிருந்தது. அந்த ஒளி சிலை மோகினியின் அழகையும் வசீகரத்தையும் மேலும் எடுப்பாகக் காட்டியது. அந்தக் கன்னி குறும்புத் தனமாகச் சிரிப்பது முன்னையவிடவும் பளிச்சென்று பட்டது. அவரைப் பார்த்துக் கண்ணைச் சிமிட்டுவதுபோல்கூட அவருக்குத் தோன்றியது.

'பெரிய கள்ளி இவள்! குறும்புக்காரி!' என்று அவர் மனம் பேசியது.

கிளுகிளுக்கும் சிரிப்பொலி

நிஜமாகவே அவர் செவி மடுத்தாரா? அல்லது பிரமை தானா? வெளியே இரவுப் பறவை ஏதேனும் எழுப்பிய விசித்திர ஒலியாக இருக்குமோ?

அவருக்கு ஒருவித பயம் ஏற்பட்டது. அது சிறு பூச்சி போல் முதுகந்தண்டில் ஊர்வது போலிருந்தது. தேகம் நளுக்கிக் கொடுத்தது.

புன்னைவனம் எழுந்து அறைக்குள் உலாவ ஆரம்பித்தார். அவருள் ஒரு பீதி வேலை செய்தது. இது என்ன இழவுச் சிலையோ! மோகினி கீகினி என்றெல்லாம் சொன்னாங்க. விளையாட்டுப் போலே இதை எடுத்து வந்து விட்டோம். அப்பவே சிலபேர் சொன்னாங்க: இது மாதிரிச் சிலையை, அதிலும் காட்டுக்கோயிலில் கிடந்ததை, வீட்டிலே வைப்பது கூடாது. மந்திரம் மாயம் பேய் பிசாசுகளிலே உங்களுக்கு நம்பிக்கை இல்லாமலிருக்கலாம். ஆனால் அறிவு பூர்வமாக, விஞ்ஞான ரீதியான சிந்தனை வழியாக, விளக்க முடியாத விபத்துக்களும் சம்பவங்களும் எத்தனையோ நடந்துள்ளன.

இப்பவும் நடக்காமலில்லை! இப்படி எல்லாம் சொன்னாங்க. நாம்தான் சட்டை செய்யவில்லை. யோசிக்கப் போனால், இந்தச் சிலை வந்ததிலிருந்து நமக்கு என்னென்னவோ நடந்து கொண்டு தானிருக்கு. அநேக சமயங்களில், உயிர் தப்பினதே தம்பிரான் புண்ணியம் என்கிற மாதிரி நெருக்கடியான கட்டங்கள் குறுக்கிட்டுள்ளன. நிதானமாக நினைத்துப் பார்க்கையில், ஒவ்வொரு சந்தர்ப்பத்திலும் நம்ம கவனத்தை இந்த அழகி மாதிரியான ஒரு உருவம் சுண்டி இழுத்ததும், அப்போ பார்த்து காரோ, மாடோ நெருங்கி வந்து விபத்துக்கு வழி வகுத்ததும் ஞாபகத்துக்கு வருது. இது கெட்ட சக்தி நிலை பெற்றுள்ள சிலைதான். இது வந்ததிலிருந்து சரியானபடி தூக்கமுமில்லை. திடீர் திடீர்னு அழகான பொம்பிளை தட்டி எழுப்புகிறது போலவும், பக்கத்திலே நின்று சிரிப்பது போலவும் உருவெளித் தோற்றங்கள் என்னை பரிகசிக்கின்றன. எல்லாம் அந்தக் கெட்ட ஆவியின் வேலைதான். வேறு என்ன?' அவர் மனம் நெளிந்து கொண்டிருந்தது.

மோகினி சிலையை நிலாவொளி இன்னும் அழகு படுத்திக் கொண்டுதான் இருந்தது. அதன் காந்தக் கவர்ச்சி புன்னைவனத்தின் உணர்வுகளைச் சுண்டி இழுத்தது.

ஸ்விட்ச்சைப் போட்டு, லைட்டை ஏற்றிப் பார்த்தார் அவர். விளக்கொளியில் அந்த அறை மர்மமான அழகு ஒன்றை இழந்துவிட்டதாகவே தோன்றியது. சிலையும் தனிச் சிறப்பு எதுவுமில்லாத பழைய கல் உருவமாகத்தான் காட்சி தந்தது.

மணி பதினொன்றரைக்கு மேல் ஆகியிருந்தது. தூக்கம் வருதோ இல்லையோ, படுக்கையில் படுத்து விட வேண்டியதுதான். கண்ணை மூடிக் கொண்டு கிடந்தால், தூக்கம் தானாக வந்துவிடும் என்று அவர் எண்ணினார். அவ்வாறே செய்தார்.

விளக்கொளி அவிந்ததும், மறுபடியும் நிலவு தன்மாய வேலையைக் காட்டியது. அதில் குளித்து நின்ற சிலை அவரை ஆசை காட்டி அழைப்பது போலிருந்தது,

இந்த அழகி இங்கேயே இருந்தால் எனக்கு பைத்தியம் பிடித்துவிடும் என்றே நினைக்கிறேன். நாளைக்கு முதல் காரியமாக இதை அப்புறப்படுத்த வேண்டும். பாழுங் கிணற்றித் போட்டுவிடலாம். அதுதான் சரி என்று அவர் தீர்மானித்தார்.

அவரை அறியாமலே தூக்கம் அவரை ஆட்கொண்டு விட்டது. ஆனால் அதன் ஆட்சி வெகுநேரம் நீடிக்கவில்லை. துர்சொப்பனம் கண்டவர் போல் அவர் உளறினார். உடல் நெலிந்து புரண்டது. பிறரால் புரிந்துகொள்ள முடி யாத அவலக்குரல் எழுப்பியவாறே எழுந்து உட்கார்ந்தார். தேகத்தில் ஒரு படபடப்பு, காரணம்...

அழகி அவரை நெருங்கி அவர் முகத்தில் முகம் பதித்தாள். பிறகு முகத்தைத் தாழ்த்தி அவர் கழுத்தில் முத்த மிட்டாள். அவள் உதடுகள் பதிந்த இடத்தில் குறுகுறுப்பு ஏற்பட்டது. அவள் அங்கு பல்லால் கடிப்பது போலிருந்தது. லேசாக வலித்தது. அங்கு சூடாக ரத்தம் பொங்கி வழிவது போல் தோன்றியது. அவள் சிரித்தாள், சிரிப்புதானா அது?

அவர் தேகத்தைக் குத்தி, எலும்புக் குறுத்துக்குள்ளும் புகுந்து சிலிர்ப்பு உண்டாக்கியது அக்கிளுகிளுப்பு. அப்போது தான் அவர் பதறி அடித்து எழுந்தார்.

அவர் கை தானாகவே கழுத்தைத் தடவியது. அங்கு கடிவாயும் இல்லை, ரத்தமும் இல்லை.

'எல்லாம் மோகினி வேலைதான். இன்று பௌர்ணமி இல்லையா! பௌர்ணமி அன்று மோகினியின் சக்தி விளையாடும் என்று சொல்வார்களே' என்று அவர் மனம் நினைவுறுத்தியது.

இப்போது நிலவொளி வட்டம் சிறிது மேலேறியிருந்தது. அவட்டத்தினுள் சிலையின் முகமும் மார்புப் பகுதியும் தான் பளிச்செனத் துலங்கின.

விம்மி நின்ற மார்பகமும் சிரிக்கும் உதடுகளும், பார்வையால் கொல்லும் கண்களும் அவரைக் கொத்தின குழப்பின.

'இந்த முகம்தான். இதே உதடுகள்தான்...சரியான ஆட்கொல்லி இவள். இவள் இங்கே இருக்கக் கூடாது. என்று பதறினார் அவர். மேஜை மீதிருந்து அதை எடுத்து, பார்வையில் படாதவாறு மூலையில் வைத்துவிட்டு, விடிந்ததும் தூக்கிக்கொண்டு போய் கிணற்றில் விட்டெறிய வேண்டும் என்ற எண்ணம் அவரை உறுத்தியது.

கண்மூடித்தனமான ஆத்திரத்தோடு, ஆவேசமாய் அவர் எழுந்தார். விளக்கைப் போட்டுக்கொள்ளவில்லை. வேகமாகப் பாய்ந்தார். போர்வை காலில் சிக்கியது. அதை இழுத்து அகற்றக் கை விரைந்தது. ஆனால் அது நழுவிக் கால்களில் சுற்றியது. அதைப் பிடித்துக் கொண்டு அவர் குதிப்பது போல் முன் செல்லவும், இடுப்புத் துணி அவிழ்ந்து விரல்களில் சிக்கி அவரை தடுமாற வைத்தது. கீழே கிடந்த பொருள் எதுவோ தடுக்கிவிட்டது. அவர் தள்ளாடி விழுந்தார். மேஜைமீது மண்டை இடித்தது. பலமான அடி.

'ஐயோ அம்மா' என்று அலறிக்கொண்டு அவர் கீழே விழுந்தார். அவர் கைகள் மேஜையை பலமாகப் பற்ற முயன்றன. அம்முயற்சியில் மேஜை ஆட்டம் கொடுத்து சாய்ந்தது. அதன் மீதிருந்த சாமான்கள் பலவும் அவர் தலையிலேயே விழுந்தன.

மோகினி சிலையும் உருண்டது. கீழே விழுந்து விட்ட புன்னைவனத்தின் தலைமீது, சரியான இடத்தில், பலமாக விழுந்தது அது. 'அம்மா!' என்று முனகல் மட்டுமே அவரிட மிருந்து வந்தது.

அப்போது இரவு மணி பன்னிரண்டு. ஒரு மரத்திலிருந்த இரண்டு ஆந்தைகள் விகாரமாகக் கத்தின.

புன்னைவனம் விழிக்கவே இல்லை. அவர் தலை அருகே உருண்டு விழுந்த சிலையின் முகம் அவர் கழுத்தில் பதிந்து விட்டது. மண்டையிலிருந்து பெருகி வழிந்த ரத்தம் அவ் வழியே வடிந்து அம் முகத்தை நனைத்துக் கொண்டிருந்தது.

(1968)

5. மனித பலம்

கண்ணாடிப் பரப்பை உடைத்துத் தூள் தூளாக்கி வெறித்தனமாக அள்ளித் தூவுவது போல் வெண்நுரை நுண் துளிகளைச் சிதறி, சடார் சடாரென மோதிப் புரண்டு கொண்டிருந்தன அலைகள். பசுமை நிற நீர்ப்பரப்பின் மீது விம்மல்கள் எழும். அவை உருண்டு திரண்டு உயர்ந்து தலை கூட்டும், படமெடுத்து எவ்வுகின்ற சர்ப்பம் போல. நீர்ச்சுவரென எழுகின்ற பகுதி முன்கவிந்து உள்வாங்கி, திடுமென ஆர்த்து வீழும், மலையருவி போலே. நுரை அள்ளித் தெளித்து முன் பாய்ந்து கரையிலே மோதித் திரும்புகிற இறங்கு அலையோடு முட்டி ஒலி எழுப்பி தேங்காய்ப்பூ போன்ற உதிரித்துளிகளை விட்டெறியும்,

இப்படி நீரம்மானை ஆடிக்கொண்டிருந்த நெடுங்கடல் மீது வெறும் கட்டைகளையும், காற்றைத் தாங்கிச் சமாளிக்கவும் தனக்குச் சாதகமாக்கிக் கொள்ளவும் பயன்படுகிற ஒரு பாய் துணியையும் துடுப்புகளையும், தங்கள் கை பலத்தையும் நம்பி வேட்டையாடித் திரியும் மீனவர்கள் திரும்பிக் கொண்டிருந்தார்கள். கரை திரும்பும் கட்டு மரங்கள் கடல்பரப்பு நெடுகிலும் அங்குமிங்குமாகச் சிதறி மிதந்தன. கரையிலிருந்து கவனிப்பவர்களுக்கு, தூரத்தில் உள்ள மரக்கலங்கள் சிறிதும் பெரிதுமான விசித்திரப் பறவைகள் போல் காட்சி அளித்தன.

கரையை நெருங்கியதும் கட்டுமரங்களில் இருந்தவர்கள் பாயை அவிழ்த்துச் சுருட்டிக் கலத்தோடு கட்டிவிட்டு, சாடுகிற அலைகளைச் சமாளிக்கத் துடுப்பு வலித்தும், இழுத்துச் செல்லும் அலையோடு இழுபட்டும் ஏற்றுகின்ற அலையின் உதவியால் முன்னேறியும் போராடிக் கொண்டிருந்தார்கள்.

அன்று கரையோரத்தில் அலைகளின் ஆவேசம் கொஞ்சம் அதிகமாகத்தானிருந்தது. குதித்தாடுகிற பேரலைகள் சில ஒன்றிரண்டு கட்டு மரங்களைப் பந்தாடிக் கவிழ்த்து விட்டு வெறிமகிழ்வோடு பெருநீரிலே கலந்து புரண்டன.

அவ்வேளைகளில் நழுவி, கடலில் விழுந்து விடுகிற மனிதர்கள் நீந்தி, கட்டைகளைப் பற்றிக் கொள்வதுடன் அவற்றைத் திருப்பி மிதக்க விடவும் பாடுபட வேண்டி யிருந்தது. கடலின் மடியிலே தவழ்ந்து விளையாடும் அவர்களுக்கு இது கூடச் சிறு விளையாட்டுதான்.

கட்டு மரங்களில் ஒன்று கரையை அணுகிக் கொண்டிருந்தது. அதில் இருந்தவர்கள் இரண்டு பேர். வேகமாக முன்னேறுவதற்காக முழு பலத்தோடும் துடுப்புகளினால் நீரைக் கிழித்து ஒதுக்கிக் கொண்டிருந்தார்கள்.

மிடுக்கு மிகுந்த ஒய்யாரி போல் முன்வந்து பூவிளிம்புப் பாவாடையைச் சுழற்றி வீசித் தனி நாட்டியம் பயின்று, குறும்புக்காரச் சிறுமி போல் குதித்து ஓடியது பேரலை ஒன்று. திரும்பிச் சென்ற அலை எவ்விப் பொங்கிய அலை ஒன்றோடு மோதியது. ஒலி எழுந்தது. வெண் ஒளித் துளிகள் தெறித்தன.

அலையோடு மேலெழுந்தது கட்டுமரம். தாழ்ந்தது. உடனடியாகச சுழன்று கவிழ்ந்துவிட்டது. தண்ணீரில் தள்ளுண்டார்கள் இரண்டு பேரும்.

நீரில் மூழ்கி எழுந்தார்கள். கை கால்களை அடித்துக் கட்டையை அணுகினார்கள். திமிங்கிலம் போல் மிதந்த கட்டைகளின் தொகுப்பு மீது கை வீசினான் ஒருவன். அதன் மீது படுத்து, இரு கைகளாலும் அதைத் திருப்பிக் கவிழ்த்து நேராக்க முயன்றான். மற்றவனும் ஒரு முனையைப் பற்றினான். சற்றே புரண்டது. மரம் உருண்டது. அவர்கள் இருவரும் மீண்டும் நீரில் விழுந்து தத்தளித்தார்கள்.

பொங்கி எழுந்த அலையொன்று அவர்களை உயர்த்தித் தாழ்த்தியது. எதிரே வந்து சுழியிட்ட சிற்றலை அவர் களைக் குளிப்பாட்டியது.

அவர்கள் தலை உயர்த்தி தண்ணீர் சிதறும்படி ஆட்டி உலுப்பிக்கொண்டு, கவிழ்ந்த கட்டுமரத்தின் மீது கை வீசினார்கள்.

அவர்களில் ஒருவன் 'ஓ!' என்று அலறினான். வேகமாய் காலை ஓங்கி நீரில் உதைத்தான். மற்றவன் பார்த்தான். 'சுறா...சுறா வருது, நாகா!' என்று கத்தினான். அலறியவன்.

'சீக்கிரம் கட்டையை கவுரு' என்று அம்முயற்சியில் ஈடுபட்டான் அவன். ஜலேந்திரன், கைகளால் கட்டு மரத்தை நிமிர்த்த முயன்றவாறே, கால்களால் ஓங்கி ஓங்கி நீரை அடித்து ஓசைப்படுத்திக் கொண்டிருந்தான் தொடர்ந்து.

வெள்ளி வளைவுபோல் பாய்ந்தது சுறா, மின்னல் கீற்று போல் நெளிந்து புரண்டது. ஒளிக்கோடு போல் நீரை ஊடுருவித் தாவியது. அலைத்துளிகளில் மூழ்கிக் களித்தது. அலையோடு அலையாகி எவ்வித் துள்ளியது. வாலடித்து உற்சாகமாய் அணுகியது. நீரிலே கிடக்கும் மனித உருவம் தனக்கே உரிய இரைச்சி என்று மதித்து விட்டதுபோல, அம்மானை ஆடிய கடலிலே அல்லாடும் மனிதர்களில் ஒருவனோடு 'கண்ணாமூச்சி' விளையாட விரும்பியதுபோல் அது நெருங்கியும் விலகியும், தொட்டும் விட்டும் ஓட்டியும் ஓடியும், துள்ளிக் கும்மாளியிட்டது. கூரிய பற்கள் காட்டிச் சிரித்தது கூற்றத் திருஉரு!

அவர்கள் இதயம் திக்திக்கென்று அடித்தது. அவர்கள் பரபரப்போடு கட்டுமரத்தைச் சரிப்படுத்த முயன்றார்கள். நாகன் நழுவி நழுவி விழுந்தான். ஜலேந்திரன் சுறாவை வெருட்டி ஓட்டப்பாடு பட்டான்.

இருவர் முயற்சியாலும் கட்டுமரம் நேராக நிமிர்ந்தது. நாகன் பாய்ந்து ஏறினான் அதன்மேலே. தண்ணீரில், மிதந்த

துடுப்புகளை எடுத்து, ஒன்றை கட்டை யில் வைத்துவிட்டு மற்றதைப் பலமாகப் பற்றினான் - சுறா அருகில் வரும்,வீசி அடிக்கலாம் என்ற எண்ணத்தோடு.

கட்டையில் கைகளைப் பதித்து, கால்களை நீரிலே வீசி வீசி நீந்திக்கொண்டிருந்த ஜலேந்திரன் கத்தினான். 'நாகா, நீ கட்டுமரத்தைக் கவனி: கரைசேர வேண்டியதைச் செய். நான் இதைக் கவனித்துக் கொள்கிறேன்.'

சுறாமீன் வால் சுழற்றிப் பாய்ந்து வந்தது. அவனைக் கவ்விப் பிடித்து இழுப்பதற்காக வாய் பிளந்து வந்தது, எதிரே காத்து நின்ற மாமிசத்தின் ரத்த வாடை மனித சருமத்தையும் ஊடுருவி அதன் புவன்களைத் தாக்கி அதற்கு பசி உணர்வும் ஆசைத்தீயும் உண்டாக்கி இருக்குமோ என்னவோ! அதன் இயக்கத்தில் வேகம் சேர்ந்தது.

தனது தேகத்துச் சதையிலே பதிந்துகிழிக்கத் தயாராய் வருகிற கூறிய கத்தி முனைகள் போன்ற பல்வரிசை ஜலேந்திரனை நடுக்கியது ஒரு கணம். நாகன் தன் கைத் துடுப்பை ஓங்கி அறைந்தான்.

அந்த அடி ஜலத்தின் மீதுதான் பட்டது. நீர் கிழிந்து அம்புபோல் பாய்ந்து விலகிவிட்டது சுறா.

கரை நோக்கி வந்த அலை ஒன்று உயர்ந்து தாழ்ந்தது. அத்துடன் எழுந்து விழுந்தனர் அவர்களும். கட்டுமரம் கொஞ்சம் முன்னேறியது.

ஆனால் கைப்பிடி நழுவித் தண்ணீரில் விழுந்து விட்டான் ஜலேந்திரன். அவனுடன் உறவு கொண்டாடத் துடிப்பது போல் நெருங்கி வந்தது சுறா. கொடிய சக்தியின் வலிய உயிர்ப்பு போல வந்தது அது.

அவன் மனிதன். தரையில் வாழும் பிராணியான அவன் தனக்கு மாறுப்பட்ட சூழ்நிலையில் பிழைப்புக்காக மிதந்து வாழ முயல்பவன். இப்போதுதானே தனது பலமே தனக்குத்

துணையாக, தற்காப்புக் கருவியாகத் திகழ, உயிருக்காகப் போராட வேண்டிய நெருக்கடி ஏற்பட்டிருந்தது. ஒவ்வொரு ஜீவனின் இயல்பான உயிராசை அவனுள்ளும் ரத்தத்தோடு ரத்தமாக ஓடிக் கொண்டிருந்தது; ஒவ்வொரு நரம்பிலும் உறைந்து கிடந்தது. அது அவனுக்கு அசாத்தியமான பலத்தைக் கொடுத்தது.

அவன் நீரில் அமிழ்ந்து விடாமலிருக்கப் போராடினான். அவனை அமுக்கிவிட முயல்வன போல் சீறிச் சாடிய அலைகளைச் சமாளிக்கும் வேளையிலேயே, அவனது உடலைக் கடித்துக் குதறிவிடும் துடிப்போடு அப்படியும் இப்படியும் புரண்டு தவித்த சுறாமீனின் பிடியிலே சிக்காமலிருக்கவும் போராடிக் கொண்டிருந்தான்.

நாகன் கட்டுமரத்தை அவனுக்கு மிகவும் சமீபத்தில் கொண்டு வரத் துடிப்பு வலித்தான். வெறிகொண்ட மிருகம் போல் பாய்ந்து வந்த அலை ஒன்று அதை இழுத்துக் கொண்டு கரை நோக்கி முன்னேறியது.

முன்னேறி நீந்தக் கைகளை வீசிப் பாய்ந்தான் ஜலேந்திரன். சுறாவின் வாயில் அகப்படாதிருக்கக் கைகளையும் கால்களையும் ஓங்கி ஓங்கி நீரில் அடித்தபடி சுற்றியும் திரும்பியும் முன்னுக்குப் பாய்ந்தும் மிதந்தான்.

தனது பிடியில் அகப்படுவது போலிருப்பினும் சிக்காது ஏய்ப்புக் காட்டிக் காட்டி விலகிவிடுகிற வேட்டைப்பொருள் வேட்டையாடுகிற சக்திக்கு ஆங்காரமும் ஆத்திரமும் தருவது இயல்புதானே! சுறாமீனுக்கும் ஆவேசம் ஏற்பட் டதுபோல் தோன்றியது. வெகுண்டு துள்ளி வேகமாகப் பாய்ந்தது அவனை நோக்கி.

துரித கதியிலே முன்னேற முயன்றான் அவன் கரை அதோ வந்து விட்டது. இன்னும் கொஞ்ச தூரம்தான். அவன் நம்பிக்கையோடு நீந்தினான்.

நாகன் கூச்சலிட்டும் துடுப்பைத் தண்ணீரில் அறைந்து ஒலியெழுப்பியும் சுறாவை மிரட்டி ஓட்டுவதற்குத் தீவிரமாக முயன்றான். இந்தச் சலசலப்புக் கெல்லாம் அது பயந்து விடுமா என்ன!

சுறா ஜலேந்திரனைத் தொட நெருங்கிவிட்டது. ஒரு பாய்ச்சல், ஒரே கவ்வு! அவன் கால் போயே போய்விடும். அல்லது அவனே தண்ணீருக்குள் இழுப்புண்டு போனாலும் போகலாம்.

தப்பிப் பிழைக்க வேண்டும் என்ற உணர்வு அவனுக்கு அதிகத்தெம்பு கொடுத்தது. அவன் சடாரென்று திரும்பினான் சுறாவின் மூஞ்சியை நோக்கிக் கையினால் ஒரு குத்து விட்டான். அது சற்றே பின்வாங்கியது.

அவன் வேகமாக நீந்திக் கட்டுமரத்தில் தொத்திக் கொண்டான். அவசரம் அவசரமாகக் கலத்தினுள் ஏறிக் குதிக்க முயன்றான். அம்முயற்சியில், வலது கால் மட்டும் பின் தங்கி நீரில் கிடந்தது. அதையும் உள்ளே இழுக்க உயர்த்தினான்.

அதற்குள் சுறா வேகமாக வந்து வாய்பிளந்து தாக்கியது. நாகன் துடுப்பினால் ஓங்கி அடித்தான். வாலடித்து திரும்பியது அது.

அது ஓடிய வழியெல்லாம் புகைச் சுழல்போல் ரத்தம் நீரில் கலந்து கரைந்து கொண்டிருந்தது. கட்டுமரத்தின் அருகில் ரத்தம் நிறையவே படிந்திருந்தது.

ஜலேந்திரன் காலை மேலே இழுத்ததும் விஷயம் புரிந்தது.

செக்கச்செவேரென்று, ரத்தமும் தசையும் ஒரே கோரத் தோற்றமாய்க் காட்சியளித்தன. துண்டுபட்டு விடவில்லை. முழங்காலுக்கு பின்பக்கமுள்ள சதைத் திரட்சியைக் கவ்விக் குதந்து எடுத்துச் சென்றிருந்தது சுறா. அந்த இடத்திலிருந்து ரத்தம் ஆறாகப் பெருகிக் கொண்டிருந்தது.

நாகனும் ஜலேந்திரனும் துணியை வைத்துப் பொதிந்து அந்த இடத்தை மூடிக் கட்டினார்கள். உயிருக்கு வந்த ஆபத்து உடலின் ஒரு பிடிச் சதையோடு போயிற்றே என்ற திருப்தி அவர்களுக்கு.

சாவுடன் போராடத் தெம்பு தந்த பலம் இக்காயத்தைக் குணப்படுத்த உதவும் என்ற நம்பிக்கை ஜலேந்திரனுக்கு இருந்தது. அதனால் கலக்கமோ சோர்வோ கொள்ளளமலிருந்தான் அவன்.

(1950)

6. மனம் செய்யும் வேலை

வாழ்க்கை விசித்திரமானது.

அது மனிதரை எப்படி எல்லாமோ பாதிக்கிறது. ஒவ்வொருவரையும் வெவ்வேறு விதமாக பாதித்து விடுகிறது. சிலர் சில சமயம் அடியோடு மாறிப் போகிறார்கள்.

இதற்கெல்லாம் மனம் எனும் மாயசக்திதான் அடிப்படைக் காரணம் என்று சொல்ல வேண்டும்.

காத்தமுத்து இதற்கு ஒரு நல்ல உதாரணம் ஆவான். முரடன் என்று பெயர் வாங்குவதில் அவனுக்குத் தனி மகிழ்ச்சி இருந்தது. சின்ன வயதிலிருந்தே.

வீண் வம்புகளை நாள்தோறும் அவன் வளர்த்து வந்தான். இரவில் வெகு நேரம் தெருவில் சுற்றித் திரிவான். அதனால் 'இராக் காடு வெட்டி' என்று பலர் அவனைக் குறிப்பிடுவது வழக்கம்.

இருட்டில் எந்த இடத்துக்கும் தனியாகப் போய் வர அஞ்சாதவன் அவன். பூச்சி பொட்டு கிடக்கும். ஒரு வேளையைப் போல இன்னொரு வேளை இருக்காது' என்று பெரியவர்கள் எச்சரிக்கும் போது, 'ப்சா! சாப்பிட்டுது போ!' என்றோ, 'கிழிச்சுது!' எனவோ, எடுத்தெறிந்து பேசுவான்.

காத்தமுத்து துணிந்த கட்டை. பேய் பிசாசு என்றெல்லாம் சொல்லி அவனை மிரட்டி விடமுடியாது. பேயாவது இயாவது! நம்மைக் கண்டாலே அதுகள்ளாம் பயந்து பம்மி விடும்!' என்று கூறி, அட்டகாசமாய் சிரிப்பான் அவன்.

ஒரு சமயம் ஒரு பந்தயத்துக்காக இரவு நேரம் முழுவதையும் சுடுகாட்டிலேயே கழித்தான் அவன். இந்தச் சாதனையை அவன் பெருமையாகச் சொல்வது வழக்கம். அப்பேர்ப்பட்ட காத்தமுத்து திடீரென்று ஒரு காலகட்டத்தில் அடியோடு

மாறிப் போனான். ராத்திரி நேரத்தில் வீட்டுக்குள் தனியாகப் படுத்து உறங்க அஞ்சினான். தடால் என்று ஏதாவது ஓசை கேட்டால் அவன் திடுக்கிட்டு விழிப்பான். ஒருவிதமான பதறலுடன், கலவரமாய் அங்குமிங்கும் பார்ப்பான். ஒரு மிரட்சி அவன் கண்களில் குடிபுகும்.

அறைக்குள் தூங்குகிற போது ஏதோ கெட்ட கனவு கண்டு பதறியவன் போல் திடீரென அவன் அலறுவான். உடல் எங்கும் வேர்வை பொங்க, பயந்தடித்துக் கொண்டு எழுந்து உட்கார்ந்து, திருதிருவென்று விழிப்பான்.

வெகு நேரம் அவன் தேகம் நடுங்கிக் கொண்டிருக்கும். உள் பயம் அவனை அப்படி ஆட்டி வைத்தது.

பாழடைந்த வீட்டினுள்ளும், காட்டு வழிச் சந்துகளிலும், பேய் வசிப்பதாகச் சொல்லப்பட்ட இருள் மண்டிய கட்டிடங்களிலும் படுத்து நிம்மதியாகத் தூங்கியவன் தான் அவன். அப்படிப்பட்ட காத்தமுத்துவிடம் இப்படி ஒரு மாறுதல் விளைந்தது எதனால்? இது பலரைக் குழப்பிய ஒரு விஷயம்.

காத்தமுத்துவுக்கு ஒருநாள் ராத்திரி ஏற்பட்ட அதிர்ச்சி தான் இதற்குக் காரணம் ஆகும்.

அவன் வீட்டினுள் அயர்ந்து தூங்கிக் கொண்டிருந்தான். வீட்டின் மேல்தளத்திலிருந்து ஒரு பெரிய கட்டி பெயர்ந்து கீழே விழுந்தது. தடால் எனப் பெரும் ஓசை எழுந்தது. அது அக்கம் பக்கத்திலும் பல வீடுகளுக்குக் கேட்டது.

காத்தமுத்துவின் தலைமாட்டிலே தான் அந்தக் காரைக் கட்டி விழுந்தது. ஒரு சாண் தள்ளி, செங்கல்லும் சுண்ணாம்பும் கொண்ட அந்தப் பெரிய கட்டி விழுந்திருக்குமானால், அது நேரே அவன் தலைமீது விழுந்திருக்கும். முகத்தில் தாக்கி, மூக்கு நசுங்கி, மண்டை சிதைந்து போயிருக்கக் கூடும்.

அதிர்ச்சியோடு பதறி எழுந்த காத்தமுத்துவுக்கு இந்த உண்மை புரிந்தது.

சத்தம் கேட்டு விழிப்படைந்து, என்னவோ ஏதோ என்று விரைந்து வந்த பக்கத்து வீட்டுக்காரர்களும் இதையே திரும்பச் சொன்னார்கள்.

'நீ ஒரு ஆசை பிழைச்சே! நீ செத்திருக்க வேண்டியவன். பிழைத்தது மறு பிழைப்புதான்?' 'உன் அதிர்ஷ்டம் நீ இன்னும் உயிரோடு இருக்கிறே!' என்று பலரும் பன்னிப் பன்னிப் பேசினார்கள்.

'எவ்வளவு பெரிய கட்டி?' என்னமா சத்தம் கேட்டுது!' 'அது தலைமேலே விழுந்தால் மனுசன் பிழைப்பானா?- இப்படி ஆளுக்கு ஒன்று சொன்னார்கள்.

காத்தமுத்துவின் உடல் ரொம்பநேரம் நடுங்கிக் கொண்டிருந்தது. அவன் உள்ளப் பதைப்பு தணிய வெகுநேரம் ஆயிற்று. ஆனாலும், அந்தரங்கத்தில், அவனது உள்ளத்தின் ஆழத்தில், ஒரு பீதி வேரோடி விட்டது.

அதன் பிறகு அவனுக்கு இருட்டில், அறைக்குள் தனியாகத் தங்குவதற்கும், படுத்து உறங்குவதற்கும் பயம். பகல் பொழுதுகளில் கூட வீட்டுக்குள் நெடுநேரம் இருந்தால், அவன் உள்ளத்தில் காரணமற்ற, அர்த்தமற்ற, பயம் வந்து கவியும். அவன் உடல் நளுக்கிக் கொடுக்கும். திடீர் விபத்து ஏற்பட்டு தனக்கு ஆபத்து நிகழும் என்று மனம் பதைபதைக்கும். உடனே அறையை விட்டு அவசரமாக வெளியேறுவான் அவன்.

காத்தமுத்துவும் சில உறவினரும் ஒரு கிராமத்தில் நிகழ விருந்த கல்யாண விசேஷத்துக்குப் போனார்கள்.

பஸ் வசதி இல்லாத ஊர். அதிகாலை முகூர்த்தம். அதனால், முந்திய தினம் மாலை நேரத்திலேயே அந்த ஊருக்கு அவர்கள் போய்விட்டார்கள்.

இரவில் அவர்கள் தங்கியிருப்பதற்கு ஒரு வீடு ஒதுக்கப் பட்டிருந்தது. பெரிய கட்டிடம். ஒரு சுவரில் பெரிதாகக் கீறல் காணப்பட்டது. மேல் தளத்தில் காரை உதிர்ந்து, அங்கும் இங்கும் வட்டங்களும் சதுரங்களும் தென்பட்டன. சில இடங்களில் சுண்ணாம்புத் தூள் உதிர்ந்து கொண்டிருந்தது.

கட்டிடத்தின் பழமை பற்றி அவர்கள் பேசிக்கொண் டார்கள்.

வயசாயிட்டுது. இருந்தாலும், நல்ல உறுதியான கட்டிடம். இப்போதைக்கு விழாது.

எந்தக் கட்டிடமும் திடீர்னு விழுந்து, உள்ளே இருக்கிறவங்களை சாகடிச்சிடாது. முதல்லே பல நாட்களுக்கு தர்மக்கட்டி சிறுசு சிறுசா, பொடிப் பொடியா,உதிர்ந்து கொண்டேயிருக்கும். அப்படி உதிர்ந்து எச்சரிக்கும். அப்புறம் ஒருநாள் தொம்முனு விழுந்திரும் என்று ஒருவர் சுவாரஸ்யமாக வர்ணித்தார்.

காத்தமுத்து சுவர்களையும் மேல்தளத்தையும் முறைத்துப் பார்த்துக் கொண்டிருந்தான். மற்றவர் பேச்சுக்களும் அவனுள் வேலை செய்தன.

எனினும், அவன் எல்லோர் கூடவும் சேர்ந்துதான் படுத்தான். தூங்கியும் போனான்.

இரவு கனத்தது. கிராமத்துச் சூழலில் அமைதி கனமாய் கவிந்து தொங்குவது போல் அழுத்தமாக இருந்தது.

வெளியே ஒரு மரத்தில் ஆந்தை ஒன்று திடீரென பயங்கரமாய் அலறியது. அதைத் தொடர்ந்து இரண்டு பூனைகள், ஏற்ற இறக்கங்களோடு, விசித்திரத் தொனியில் நீளமாய் விகாரமாய், கத்தின.

அந்தக் கூச்சல் ஒன்றிருவரை விழிப்புற வைத்தது.

அப்போது தான் கோரமான அலறல் வீட்டினுள் எழுந்தது.

உயிருக்கு மல்லாடுவது போல; அச்சத்தால் துடித்துக் கதறுவது மாதிரி.

எல்லோரும் திடுக்கிட்டு விழித்தார்கள். விளக்குகளை அரிய விட்டார்கள்.

காத்தமுத்து தான் அப்படிக் கத்தினான்.

அருகில் இருந்தவர் அவனை உலுக்கினார். அதற்குள் அவனே பதறி, உடல் நடுங்க, விழித்தெழுந்து உட்கார்ந்தான்.

அவன் தேகம் அதிகமாக நடுங்கிக் கொண்டிருந்தது. அவன் மிரள மிரள விழித்தான்.

பலரும் என்ன என்ன என்று தூண்டித் துருவ, அவன் ஞுஞ்ஞு மிஞ்ஞுத்தனம் பண்ணினான். 'ஏதோ சொப்பனம்' என்றான். 'வீடு இடிந்து விழுந்து, பெரிய கல்லு என் மேலே பட்டு, என்னை நசுக்கின மாதிரி... நிசமா நடப்பதுபோலவே இருந்துது. அதுதான்' என்றான்.

'பையன் எங்கேயோ பயந்திருக்கான்' என்றார் ஒருவர். காத்தமுத்து மேற்கொண்டு எதுவும் பேசவில்லை. குறு குறு என்று உட்கார்ந்திருந்தான். பிரமை பிடித்தவன் போல் ஒரு திக்கையே பார்த்தபடி.

எல்லோரும் விளக்குகளை அணைத்து விட்டுப் படுத்தார்கள். சிலர் தூங்கினார்கள். மற்றவர்களும் கண்களை மூடிக்கொண்டு கிறக்கத்தில் ஆழ்ந்தார்கள்.

காத்தமுத்துவுக்கு உறக்கம் வரவில்லை. அவன் மனமே அவனை அரித்தது. விடிந்த பின் மற்றவர்கள் கேட்கக் கூடிய கேள்விகள், பேசக்கூடிய கேலிகள், சொல்லக்கூடிய உபதேசங்கள் விதம் விதமாய் அவனது மனவெளியில் ஒலிக்க, அவனை வெட்க உணர்வு பிடித்தது, அவர்கள் முகத்தில் விழிக்க அவன் நாணினான்.

அதிகாலை முகூர்த்தத்துக்காக அவன் அங்கே காத்திருக்கத் துணியவில்லை.

காலையில் கண் விழித்ததும், அவனிடம் பேச்சுக் கொடுக்க வேண்டும் என்ற துடிப்புடன் தேடியவர்கள் காத்தமுத்துவைக் காணாது திகைத்தார்கள். அவன் எவரிடமும் கூறிக் கொள்ளாது, எந்நேரத்தில் விழித்தெழுந்து, அவ்வூரை விட்டு வெளியேறினான் என்பது அவர்களில் யாருக்கும் தெரியவில்லை.

(1988)

7. காதல் போயின்

மாறி ஆடும் பெருமாள் பிள்ளைக்குக் கோபம் என்பது வரவே வராது! அவரை நன்கு அறிந்தவர்கள் இப்படிச் சொல்வது வழக்கம்.

"ஐயா, உம்முடைய பெயர் மாரியாடும் பெருமாள் என்றே எழுதப்பட வேண்டும். அதாவது, மாரியம்மன் வந்து ஆடுகிற பெரிய ஆள்! அதை விட்டுப்போட்டு, நீர் மாறியாடும் என்று எழுதுவதன் வயணம் என்ன? வேண்டிய பூடத்தை விட்டு விட்டு இடம் மாறி ஆடிய பெருமாளா? அல்லது ஒரு காலில் நின்று ஆடிக் களைத்து அப்புறம் கால்மாறி ஆடும் பெருமாள் என்று அர்த்தமா?' என்று பிள்ளை அவர்களின் நண்பர் சுப்பையா முதலியார் வேடிக்கையாகவும் வினையாகவும் பேசுகிறபோது கூட, அவர் கோபம் கொள்வது கிடையாது. 'உங்களுக்கு வேலை என்ன?' என்று சிரித்து மழுப்பி விடுவார்.

அவ்வளவு தங்கமான மனிதரைக் கூட, பேயாக மாறி உக்கிரமாக ஆட வைக்கும் மந்திரம் போல் ஒரு சொல் இருக்கத்தான் செய்தது. பிள்ளை அவர்களின் முன்னிலையில் 'காதல் போயின் சாதல்' என்று சொன்னால் போதும், அவர் நிஜமான மாரியம்மன் கொண்டாடியாகவே மாறி விடுவார்.

'காதல் போயின் சாதலாம்! வெங்காயம் போனால் பெருங்காயம்! போங்கடா முட்டாள் பயல்களா! காதலித்து வாழ்வது என்று கிளம்புகிற இரண்டு பேர் வாழ முடியவில்லையாம். அப்புறம் இரண்டு பேர் சேர்ந்து சாவது மட்டும் எப்படி நிச்சயமான வெற்றிச் செயலாக முடியுமோ தெரியவில்லை. வாழ்வது நம் கையில் இல்லை என்றால், சாவது மட்டும் நம் இஷ்டம்போல் சித்தியாகக்கூடிய விஷயமாகவா இருக்கிறது;' என்ற ரீதியில் கனல் கக்கத் தொடங்குவார் அவர்.

இதற்குக் காரணம் மாறியாடும் பெருமாளை, ஏமாறி விடும் சிறு பிள்ளையாக மாற்றிய காதலி எவளாவது இருந்திருக்கலாம் என்று எண்ணுகிறவர்கள், உண்மையை விட்டு விலகியே செல்கிறார்கள். அவருடைய மூத்த புதல்வன் மகிழ்வண்ணநாதன் தான் பிள்ளையைச் சீறி ஆடச் செய்யும் மகுடிநாதமாக வந்து வாய்த்தான்.

அவன் அவ்வாறு செயல் புரிவான் என்று பிள்ளை அவர்கள் கனவில்கூட எண்ணியதில்லை. கல்லுளிமங்கன் எனப் பலராலும் குறிப்பிடப்பட்ட இரண்டாவது புத்திர பாக்கியமான மகர நெடுங் குழைக்காதன் ஏறுமாறாக ஏதாவது செய்திருந்தால் அவர் ஆச்சரியப்பட்டிருக்க மாட்டார்.

மா. ஆ. பெருமாள் பிள்ளைக்குத் தமிழ் மொழி மீது அபாரமான காதல் என்று சொல்வதற்கில்லை. அவர் தமது புதல்வர்களுக்கு அழகிய - இனிய - நீளப் பெயர்களைச் சூட்டிய காரணம், திருத்தலங்களில் எழுந்தருளியுள்ள தெய்வங்களின் திருநாமங்கள் அவை என்பதனால் தான். மூன்றாவது மகன் பிறந்தால், அவனுக்குத் திருப்பாற்கடல் நம்பி எனப் பெயரிட வேண்டும் என்று அவர் எண்ணி யிருந்தார். அவருடைய மனைவி ஆண்டாள் அம்மாள் ஒரு பெண் குழந்தையைப் பெற்று ஏமாற்றி விட்டாள். ஆயினும் 'சூடிக் கொடுத்த நாச்சியார்' என்ற நீளப் பெயரிட்டு, பிள்ளை தமது ஏமாற்றத்தை ஒருவாறு மறைத்துக் கொண்டார்.

இவ்விதம் வாழ்க்கையில் குறுக்கிட்ட சிறுசிறு ஏமாற்றங் களையெல்லாம் சகித்துச் சமாளிக்கக் கற்றுக் கொண்ட பிள்ளை அவர்களின் மனமே முறிந்து போகும்படி அல்லவா அவருடைய செல்வ மகன் செயல் புரிந்து விட்டான்!

சீதை என்கிற பெண்ணை அவன் காதலித்தான். பிள்ளையாண்டான் செய்த பெரும் பிழை அதுதான். அவன் குழல்வாய் மொழி என்றோ; குறுங்குழல் கோதை என்றோ அல்லது அப்படிப்பட்ட நீண்ட பெயர் எதுவோ உள்ள பெண்ணைத் தேடிப் பிடித்துக் காதலித்திருக்கக் கூடாது?

போயும் போயும் சீதை என்கிற ஸிம்பிளான ஒரு பெயர் கொண்ட பெண்ணைக் காதலித்தானே! இது போன்ற சின்னப் பெயரெல்லாம் நம்ம அண்ணாச்சிக்குப் பிடிக்காதே, அது பையனுக்குத் தெரியலியே! என்று சுப்பையா முதலியார் அடிக்கடி சொல்ல ஒரு வாய்ப்பை ஏற்படுத்தி விட்டான் அவன்.

சுப்பையா முதலியார் இழவு வீட்டுக் கூட்டத்தில் கூட ஹாஸ்யமாகப் பேசும் பண்பு பெற்றவர். அவர் சுபாவத்துக்கு ஏற்ப. பேச்சிலே சுவை கூட்டிப் பேசினாரே தவிர அதுதான் உண்மையான காரணம் என்று சொல்ல முடியாது.

மகிழ்வண்ணநாதன் சீதை என்ற பெண்ணைக் காதலித்து, அவளையே கல்யாணம் செய்து கொள்வேன் என்று அடம்பிடித்தது மா. ஆ. பெருமாள் பிள்ளைக்குப் பிடிக்க வில்லை என்பது உண்மை. ஆனால் பெண்ணின் பெயர் சீதை என்று இருந்தது அதற்குக் காரணமல்ல. அந்தத் சீதை அவருடைய ஏழைத் தங்கை லட்சுமி அம்மாளின் மகளாக இருந்ததுதான் அவரது வெறுப்புக்குக் காரணமாகும்.

நிலைமை முற்றி நெருக்கடியாக மாறுகிறவரை பிள்ளை அவர்களுக்குப் பையனின் காதல் விவகாரம் தெரியவே தெரியாது. எல்லாம் முற்றிவிட்ட பிறகு சீறி விழுவது தவிர அவர் வேறு எதுவும் செய்ய முடியாத பராபரமாகி விட நேர்ந்தது. சீறினார், சிடுசிடுத்தார். மட சாம்பிராணி! காதலிக்கத்தான் காதலித்தானே பெரிய இடத்துப் பெண்ணாக, பணக்காரன் மகளாகப் பார்த்துக் காதலிக்கப்படாது? பெரிய பண்ணை சீனிவாசம் பிள்ளை மகள் இல்லையா? கொளும்புப் பிள்ளைவாள் பேத்தி, மெத்தை வீட்டு ராமானுஜம் பிள்ளையின் மகள்- பெண்களா இல்லாமல் போனார்கள்? இவன் விடியா மூஞ்சி லட்சுமியின் மகள் சீதை மேலே எனக்குக் காதல் என்று முரண்டு மண்ணுகிறானே' என்று முணமுணத்தார்.

ஆரம்ப கட்டத்திலேயே விஷயம் அவருக்குத் தெரிய வந்திருக்குமானால், 'டே பையா! காதல் கீதல் என்பதெல்லாம் சரிதான். அது கல்யாணம் பண்ணுவதற்கு முந்தித்தான் வரவேண்டும் என்ற கட்டாயம் எதுவும் கிடையாது. கல்யாணம் ஆன பிறகு, கல்யாணம் செய்து கொள்கிற பெண் மீதும் காதல் ஏற்படலாம். நீ காதலியை மனைவியாக மாற்ற ஆசைப்படாமல், உனக்கு வாய்த்த மனைவியைக் காதலித்து உருப்படு. சந்தோஷமாக இரு!' என்று போதித்திருப்பார். வெறும் போதனையுடன் நின்று விடாமல், பணமும் நகையும் சொத்தும் சுகமுமாக வரக் கூடிய ஒரு பெண்ணையும் அவனுக்குக் கட்டிவைத்து மகிழ்வடைந்திருப்பார்.

ஆனால், அவர் வீட்டில் நடந்ததே அவருக்குத் தெரியாமல் போயிற்றே! அவருடைய தங்கை லட்சுமி அம்மாள் விதவையாகி, போக்கிடமின்றி, அண்ணனே கதி என்று நம்பி வந்து பிள்ளை அவர்களுடைய வீட்டிலேயே தங்கி விட்டாள். சமையல் வேலை முதல் சகல அலுவல்களையும் செய்து தான் அவள் வயிறு வளர்த்து வந்தாள். அவள் சூழ்ச்சி செய்து வீட்டிலே அதிகாரம் பெற்று ஆக்கினைகள் பண்ணுவதற்காகவே தன் மகளை மகிழ்வண்ண நாதனுக்குக் கல்யாணம் செய்யத் திட்டமிட்டிருக்கிறாள் என்றே பெரிய பிள்ளை கருதினார். ஆனால் அவருடைய மகனின் பிடிவாதத்துக்கு லட்சுமி அம்மாள் தூண்டுதலுமல்ல; துணையுமல்ல.

'சீதை இல்லாமல் என் வாழ்க்கை வாழ்க்கையாக இராது. எனது வாழ்வில் ஒளி புகுத்தக் கூடியவள் அவள் தான்' என்று அவன் உறுதியாக அறிவித்தபோது முதன் முதலாக அதிர்ச்சியும் ஆச்சரியமும் அடைந்தவள் அவள் தான். 'விஷயம் இவ்வளவு தூரத்துக்கு வளர்ந்து விடும் என்று எனக்குத் தெரியாமல் போச்சுதே' என்று அவள் தலையில் அடித்துக் கொண்டாள்.

அந்த உண்மை சீதை தனது துணைவியாக வந்தால் தான் வாழ்க்கை இனிமை மிகுந்த மலர்ச் சோலையாக அமையும் என்கிற ஞானம் - மகிழ்வண்ணநாதனுக்குப் பிடிபடுவதற்கே வெகு காலம் ஆயிற்றே! மற்றவர்களுக்கு அது முதலிலேயே விளங்காமல் போனது அதிசயமில்லை தான்.

மகிழ்வண்ணநாதனுக்கு அத்தை மகள் சீதையிடம் சின்னஞ் சிறு பிராயம் முதவே அன்பும் ஆசையும் இருந்ததாகச் சொல்ல முடியாது. சீதை சூரியன் குஞ்சாகப் பிறக்கவுமில்லை; சந்திரன் குஞ்சாக வளரவுமில்லை. "மூதேவி! மூஞ்சியைப் பாரு! பனங்காய் மோரை!" என்றெல்லாம் அவனே பலமுறை பழித்திருக்கிறான். அத்தை மகள் என்ற உரிமையோடும், ஒருவித இளக்காரத்தோடும், அலட்சியமாக மதித்துக் கேலி பேசி அவளை அழ வைத்திருக்கிறான். அந்தப் பெண்ணும் ஏச்சுக்கு ஏச்சும், பேச்சுக்குப் பேச்சும், சில சமயம் அடியும் கிள்ளும் கொடுப்பதற்கு தயங்கியது இல்லை. அப்போது அவளிடம் அவனுக்கு ஆசையுமில்லை; நேசமும் இல்லை.

பாவாடையை அவிழ்த்து அவிழ்த்துக் கட்டிக்கொண்டு திண்ணைக்கும் மண்ணுக்கும் தாவியவாறே, "குரங்கே, குரங்கே குற்றாலத்துக் குரங்கே! கொம்பை விட்டு இறங் கேன்" என்று கத்திக்கொண்டு, தோழிகளோடு குதியாட்டம் போட்ட போதெல்லாம், அவன் பார்வையில் அவளும் ஒரு குரங்காகத்தான் தோன்றினாள். கண்ணாம் பூச்சியும், ஓடிப்பிடித்தலும் ஆடிக்களித்த அத்தை மகள் அவன் கண் களுக்குக் கொடியாகவோ மயிலாகவோ காட்சி அளித்தது இல்லைதான்.

பச்சைப் பசிய வயலில் தலையெடுத்துக் காற்றிலே தவழ்ந்தாடும் 'மூப்பன் கதிர்' மாதிரி. பருவம் அடைய வேண்டிய பிராயத்தில் சீதையும் தள தளவென்று வளமும் வனப்பும் பெற்றுத் திகழ்ந்தாள். பதின்மூன்று - பதினான்கு வயசுப்பாவாடை தாவணிப் பருவத்துக் குட்டி,வாலிபனாக வளர்ந்து கொண்டிருந்த மகிழ்வண்ண நாதனின் கண்களை

கவர்ந்தாள். ஆயினும் கருத்திலே நிலையான இடம் பெற்றானில்லை.

ஒரு சமயம் அவளுடைய சிநேகிதி ஒருத்தி சீதையை சீண்டுவதற்காக 'அத்தான் பொத்தக்கடா, அழகுள்ள பூசனிக்காய்!' என்று வாயாடினாள். சீதை சீறினாள். 'எங்க அத்தான் அப்படி ஒண்ணும் வண்டி கொள்ளாதபடி தண்டியும் சதையுமாக இல்லை. அவர் பொத்தக்கடாவு மில்லை; பூசனிக்காயுமில்லை' என்று வெடுவெடுத்தாள்.

இப்போ உன் அத்தான் அழகு என்று நீயே மகிழ்ந்து போகிறே; இல்லையாடி சீதை? என ஒரு வம்புக்காரி கிண்டல் பண்ணினாள்.

அவ்வேளையில் அவன் தற்செயலாக அங்கு வந்து விடவும். தோழிகள் கைகொட்டிச் சிரித்தார்கள். சீதையின் மூகம் செக்கச் சிவந்து, தணிந்து சிரிப்பு சிரித்தது. சீதை கூட அழகாகத் தானிருக்கிறாள்' என்றது அவன் மனம்.

வேறொரு மாலை வேளையில், பொன் வெயில் சூழ் நிலைக்கு மினுமினுப்பு பூசிக்கொண்டிருந்தபோது, சீதை ஒரு தாம்பாளம் நிறைய அந்தி மந்தாரைப் பூக்களை கொய்து திரும்பி வந்தாள். ஒரு இடத்தில் வெயில் தனது இனிய ஒளியை அவள் மீது பாய்ச்ச வசதி ஏற்பட்டது. மின்னும் தாம்பாளம் நிறையப் பளிச்சிடும் வண்ணப் பூக்கள் ஏந்தி வந்த பாவையும் அழுத்தமான நிறமுடைய பட்டுப் பாவாடையும் தாவணியுமே கட்டியிருந்தாள். அப்பொழுது அவளே அந்தியிலே பூத்தொளிரும் புஷ்பக்கொடி போல் தான் விளங்கினாள் அவன் நோக்கிலே. மகிழ்வு பூத்த அவள் முகம் வனப்பு மிகுந்த பூச்செண்டாக காட்சி தந்தது. எனினும் சீதையிடம் அவனுக்கு அளவிலா ஆசை ஏற்பட்டு விடவில்லை.

காதல், காதல் என்கிறார்களே அந்த அற்புதம் ஒருவனுக்கு ஒருத்திபேரில் ஏன் திடீரென்று ஏற்பட்டு அவன் உள்ளத்தையும், உணர்ச்சியையும் பாடாய் படுத்துகிறது

என்பதற்கு உரிய விளக்கத்தை எவரும் கண்டுபிடிக்க வில்லை. மகிழ்வண்ண நாதனுக்கு மட்டும் அது எப்படிப் புரியும்? ஆனால் சீதையின் தோற்றம் எப்பொழுது அவனை கவர்ச்சிக்கும் காந்தமாக மாறியது என்பது அவன் நன்கு அறிவான்.

அவ்வூர்க் கோயிலில் வசந்த உற்சவத்தைச் சிறப்பாகக் கொண்டாட ஏற்பாடாகியிருந்தது. புதிதாகப் பொறுப்பு ஏற்றிருந்த தருமகர்த்தா ஒரு 'மேன் ஆப் ஐடியாஸ்!' பழைய திருவிழாவில் புதுமை புகுத்த ஆசைப்பட்டு அவர் நயமான வேலைகள் சில செய்திருந்தார். செய்குன்றுகள், செயற்கை அருவிகள், பூஞ்சோலை மின் விளக்குகள், உயர்ந்த ஒரு பீடத்தில் தவமிருக்கும் சிவபிரான் என்றெல்லாம் கலையாக அமைக்கப்பட்டன. சிவனின் தலையிலிருந்து செயற்கை நீரூற்று தண்ணீரை விசிறித் தெறித்தது. அதுதான் கங்கையாம்!

இந்த அற்புதத்தைக் கண்டு களிக்க ஊரே திரண்டு சென்றது. பக்கத்து ஊர்களிலிருந்தும் படை படையாக ஜனங்கள் வந்தார்கள். மகிழ்வண்ண நாதனும், தனது நண்பன் ஒருவனுடன் வேடிக்கை பார்க்கச் சென்றிருந்தான்.

மான்களும் மயில்களும்,வானவில் வர்ணஜாலம் காட்டும் மேனியரும் பொம்மெனப் புகுந்து மொய்க்கும். இனியதோர் உலகமாக மாறியிருந்தது வசந்த மண்டபம். பகலில் சோலைகளிலும் நந்தவனங்களிலும் தனது ஆற்ற லைக்காட்டும் வசந்தம் முன்னிரவிலே அந்த இனிய சூழலில் கொலுவிருந்தது போலும்!

திடீரென்று 'அதோ பார் மகிழம்! ஒரு அழகி உன்மீது வைத்த கண்ணை மீட்க மறந்து போனாள்!' என்று நண்பன் உரைக்கவும், மகிழ்வண்ண நாதன் அத்திசையில் தன் விழியை எறிந்தான்.

அகல் விளக்குகளிடையே ஒரு குத்து விளக்குப் போலும். மலர்க் குவியல்கள் மத்தியில் ஒரு ரோஜா போலும் திகழ்ந்தாள் அவள். 'யார்? நம்ம சீதையா?' என வியப்புற்றது

அவன் மனம். 'ஆகா!' என்று அதிசயித்தது ரசனை உள்ளம், அவன் முகம் மலர்ந்து தன்னைக் கவனித்து நிற்பதை உணர்ந்ததும் அவளுடைய அகன்ற பெரியவிழிகள் கயலெனப் புரண்டன. மீண்டும் அவன் மீது மோதுவதற்காக. அந்தப் பார்வை தான் அவனை இடர் செய்தது?' அவன் உள்ளத்தில் அவள் இடம் பிடித்து விட்டாள்.

அவள் நின்ற நிலையை, அசைந்த அசைவுகளை, அவளது மோகனப் பார்வையை, முகத்தின் அழகை, விழிகளின் சுடரொளியை அவன் மறக்கவேயில்லை.

அதன் பிறகு அவளே ஒரு படையெடுப்பாக விளங்கினாள். அவனை வென்று விட்டாள். அவளைத் தன்னவளாக்கிக் கொள்ளத் தவித்தான் அவன். சந்தர்ப்பங்கள் அவனது பார்வைக்கு விருந்தளிந்தன, ஆசையைத் தூண்டி வந்தன.

இவை எதுவும் மாறி ஆடும்பெருமாள் பிள்ளைக்குத் தெரியாது. அவர் தமது மூத்த குமாரனுக்கு, பெரும் பணக் காரரான திருமலைக்கொழுந்து பிள்ளையின் திருமணம் முடித்து வைக்க முன்வந்தபோதுதான், பையன் பெரிய அதிர்வெடியைத் தூக்கி அவர் எதிர்பாராத விதத்திலே விட்டெறிந்தான். சீதையைத் தான் மணம் புரிவேன் ! சீதை இல்லையென்றால் எனக்குக் கல்யாணமே வேண்டாம்' என்றான்;

மா.ஆ. பெருமாள் பிள்ளை போதித்தார். மிரட்டினார். முடிவாக, தம்மை நம்பியிருக்கும் யுவ யுவதியரின் மகிழ்ச்சியை விடத் தம்முடைய கௌரவம், அந்தஸ்து, பணத்தாசை முதலியனவே முக்கியம் என்று கருதுகிற ஒரு சில பெரியவர்களைப் போலவே திடமாக அறிவித்தார். 'எலே மகிழம்! இந்தப் பெருமாள் பிள்ளையை உனக்கு நல்லாத் தெரியாதுடா. ஐயாவாள் உன் கண்ணிலே ஒரு செப்புச் சல்லி கூடக் காட்ட மாட்டாக. ஆமா தெரிஞ்சுக்கோ. அந்த நத்தம் புறம்போக்கைக் கல்யாணம் பண்ணிக்கிட்டு நீ நடுத் தெருவிலே நிற்க வேண்டியது தாண்டா. அமாலேய் ஆமா,

ஐயாப்பிள்ளை உன்னைச் சந்தியிலே நிற்க வச்சிரு வாருடா, நிக்க வச்சிரு வாரு' என்று கூப்பாடு போட்டார்.

ஆனால் மகிழ்வண்ணன் அவருடைய பயமுறுத்தல்களுக்கு கெல்லாம் மசியவில்லை.

அவனுடைய நினைவெல்லாம் சீதையாக இருந்ததால். கனவெல்லாம் அவளாகவே நிழலாடினாள்.

சீதையும் இத்தகைய எண்ணத்தையும் வியப்பையும் அவன் உள்ளத்தில் தூண்டிவிடும் அழகுப் பாவையாக வளர்ந்து வந்தாள். மங்கைப் பருவம் அவள் மேனி முழுவதும் பொங்கி வழிந்தது; கண்ணின் பார்வையில் கவிதை கொட்டியது; இதழ்க் கடையின் குறும்புச் சிரிப்பு அவனையே கொத்தி எடுத்தது, அவள் தன் அத்தை மகள் என்பதில் அவன் பெருமை கொண்டான். அவள் தன் உரிமை, அவளைத் தன்னுடையவளாக வரித்துக் கொள்ளலாம் என்பதில் மட்டற்ற மகிழ்வே கண்டான். அவன் ஆசை வெள்ளத்துக்கு அணைபோட முயன்றார் தந்தை, அவர் முயற்சி வெற்றி பெறுவதாவது?

அவன் தனது உறுதியை எடுத்துச் சொன்னான். வருவன வரட்டும் என்றான். சின்னஞ் சிறுசுகள் சந்தோஷமாக இருந்தால் போதும் எனும் நினைப்புடைய தாய் ஆண்டாள் அம்மாளின் பேச்சு எடுபடவில்லை. சீதையின் அன்னை லட்சுமி அம்மாளோ அழுவதும் புலம்புவது மூலையில் ' இருந்து மூக்கைச் சிந்திப் போடுவதும்தான் தன்னால் ஆகக்கூடிய காரியங்கள் என்பதை நிரூபித்துக் கொண்டிருந்தாள்.

வெறும் பேச்சு பையனுக்கு புத்தி புகட்டாது. சொல்லைச் செயல்படுத்தினால்தான் தம்பியா புள்ளை அப்பா - சாமி என்று அலறி அடித்துக் கொண்டு வருவாரு தங்கக் கம்பியாகி இழுத்த இழுப்புக்கெல்லாம் இணங்குவாரு என்று தீர்மானித்தார் பிள்ளை. வீட்டை விட்டு வெளியே போ என்று ஆணை காட்டியது அவர் விரல்.

மகிழ்வண்ணன் போனான். அவன் அழைப்புக்கு இணங்கி, சீதையும் அவனைப் பின் தொடர்ந்தாள். மாறி ஆடும் பெருமாள் பிள்ளை அவர்களின் வீடு, துக்க வீடாக மாறிக் களை இழந்து காணப்பட்டது.

அப்பொழுது முன்னிரவு நேரம். நிலவு இலேசாக அழுது வழிந்து கொண்டிருந்தது. குளிர் காற்று சிலு சிலுத்தது.

மறுநாள் அழுகை நாளாகவே உதயமாயிற்று. இரவில் சிணுசிணுக்கத் தொடங்கிய தூறல் இடைக்கிடை பெரு மழையாகிப் பேயாட்டம் போட்டது. சற்று ஓயும். மீண்டும் சிணுங்கும். குளிர் குறையவே இல்லை. பகலின் விடிவும் அதே தன்மையில்தான் அமைந்தது.

"குழந்தைகள் எங்கே போனார்களோ, என்ன ஆனார் களோ!" என்று ஆண்டாள் அம்மாளின் உள்ளம் பதை பதைத்தது. லட்சுமியின் பேதை மனம் காரணம் புரியாக் கலவரத்தாலும் சோகத்தாலும் கனத்துக் கிடந்தது.

காலம் ஊர்ந்து கொண்டிருந்தது.

பன்னிரண்டு - ஒரு மணி இருக்கலாம். மாடு மேய்க்கச் செல்லும் ஒருவன் ஓடோடி வந்து மாறியாடும் பெருமாள் பிள்ளையிடம் ஒரு சேதி சொன்னான்.

ஊருக்கு வெளியே சிறிது தள்ளி, ரயிலடிக்குப் பாதை வளைந்து செல்கிற இடத்தில், ஒரு குன்று இருந் தது. பாறை என்றும், 'வெள்ளி மலை' என்றும் விதவிதப் பெயர் பெற்றிருந்த அவ்விடத்தில், 'குன்றுதோறும் ஆடிடும் குமரன்' கோயில் ஒன்றும் அமைக்கப்பட்டிருந்தது. அந்தக் குன்றின் ஒருபக்கம் செங்குத்தாக உயர்ந்து, கீழே பெரும் பள்ளம் உடையதாக இருந்தது. ஆபத்தான இடம் அது.

மேலே நின்று வேடிக்கையாக எட்டிப் பார்த்து கால் வழுக்கி விழுந்தும், தற்கொலைத் திட்டத்தோடு செயல் புரிந்தும் பரலோக யாத்திரை மேற்கொண்டவர்களைப் பற்றி

எப்பொழுதாவது அவ்வூரார் பரபரப்படைய வாய்ப்பு கிட்டு வது உண்டு.

அந்தப் பள்ளத்தில் சின்ன ஐயாவும் சீதை அம்மாளும் விழுந்து கிடந்ததைத் தற்செயலாகக் காண நேர்ந்த மாடு மேய்ப்பவன் எதிர்ப்பட்டவர்களிடமெல்லாம் சொல்லியவாறே, பிள்ளைவாளிடம் வந்து சேர்ந்தான். விஷயமறிந்த பிள்ளையின் வாய் சொல்லிற்று. 'சவங்க எக்கேடும் கெடட்டும்' என்று. எனினும், அவர் இதயம் பதைத்தது; உடல் படபடத்தது. வண்டியும் ஆட்களுமாக அவர் அங்கே போய்ச் சேர்ந்தார். பலரும் பலவிதமாய்ப் பேசாமல் இருப்பார்களா? பேசினார்கள். பேசினார்கள்.

ரயிலுக்குப் போகிற போக்கில், மழைக்கு ஒதுங்கிய போது இருட்டில் தடுமாறி, கால் வழுக்கி பள்ளத்தில் விழுந்திருக்கலாம் அவனும் அவளும் என்று ஒரு கட்சி. இரண்டு பேரும் பேசி மனப்பூர்வமாகவே விழுந்திருப்பார்கள் என்பது எதிர்கட்சி.

நோக்கம் எதுவாக இருந்திருப்பினும், விளைவு எதிர் பாராததாக அமைந்து கிடந்தது. மகிழ்வண்ணநாதனோ, சீதையோ உயிரற்ற கட்டையாய் மாறிவிடவில்லை. ஆனால்.

மாறி ஆடும் பெருமாள் பிள்ளையின் வயிற்றெரிச்சலுக்கும் மன எரிச்சலுக்கும் வித்து இங்குதான் ஊன்றப்பட்டது

சீதையின் முதுகெலும்பிலே பலமான அடி. மகிழ் வண்ணனின் கால்கள் பெரிதும் பாதிக்கப்பட்டிருந்தன.

இருவரையும் வீட்டுக்கு எடுத்து வந்து வைத்திய சிகிச்சைக்கு ஏற்பாடு செய்தார் பெருமாள் பிள்ளை. அவர் பொதுவாக நல்ல மனுசன்தான்; மனித உள்ளம் பெற்றவர் தான். பணத்தைத் தண்ணீராக வாரி இறைத்தார், ஆயினும், சீதை படுத்த படுக்கையிலேயே கிடக்க வேண்டியவளாகவும், மகிழம் நொண்டியாகவும் மாறுவதை எந்த வைத்தியமும் தடுத்து நிறுத்த இயலவில்லை.

பாவம்! இரண்டு பேரையும் இஷ்டம்போல் வாழ விட்டிருக்கலாம்' என்று பிள்ளை அவர்களின் மனச் சாட்சி உறுத்தத்தான் செய்தது. அதை மறைப்பதற்காக அவர் உறுமுவதை மேற்கொண்டார்.

'என்ன காதலோ! என்ன சாதலோ! மனிதர்கள் வாழ வேண்டும் என்று ஆசைப்படுகிற விதத்தில் வாழவும் முடிவதில்லை. வாழத்தான் முடிவதில்லை, செத்துப்போகலாம் என்று ஆசைப்பட்டால் அது எப்படி சாத்தியமாகும்? தங்களுக்கும் தொல்லை; இருப்பவர்களுக்கும் தொல்லைதான்!'

நிரந்தர நோயாளிகள் இரண்டு பேரை வைத்துக் காப்பாற்ற வேண்டிய பொறுப்பு அவர் தலை மீது சுமந்து விட்டதனால் தான், மாறி ஆடும் பெருமாள் பிள்ளை சிடு இடுக்கும் அண்ணாவியாகி விட்டார் என்று சிலர் சொல்வது வழக்கம். அந்தச் சுமையை அவரிடம் தள்ளி விட்ட "காதல் காதல் போயின் சாதல்" என்கிற விதி அவரைப் பித்தராய் பேயராய் மாற்றுவதும் இயல்பாயிற்று. அவர் கோபம் கொள்வதில் நியாயமில்லை என்று தள்ள முடியுமா என்ன?

8. புன் சிரிப்பு

ஒளிப் பூக்கள்போல் இனிமையாகச் சிரித்துக் குலுங்கும் விளக்குகளின் மத்தியில், பேரொளிச் சுடரெனத் திகழ்ந் தாள் அகிலாண்ட நாயகி,

கருவரையின் புனிதச் சூழல் குளுகுளு விளக்குகளின் ஒளியினாலும் பன்னிற மலர்களின் வனப்பாலும், வாசனைப் பொருள்களின் நறுமணத்தாலும் சிறப்புற்று விளங்கியது

அந்த இடத்துக்கு தெய்வீகத்தன்மை தந்து நின்ற அகிலாண்ட நாயகி திருஉருவம், அர்ச்சகரின் பக்தி சிரத்தையான சிங்காரிப்பினால் உயிர் பெற்று இலங்கியது.

சொல்லி வரம் கொடுக்கும் அகிலாண்ட நாயகி! வாய் திறந்து பேசி விடுவாள் போல் காட்சி அளித்துக் கொண்டிருந்தாள். கன்னக் கனிந்த அன்னையின் கரிய திரு முகத்தில் அருள் ஒளி சிந்தும் விழிகளும், குமின் சிரிப்பு நெளியும் உதடுகளும் சன்னிதியில் கைகூப்பி நின்ற ராமலிங்கத்தை நோக்கிச் சிரிப்பது போலவே தோன்றின.

'ரொம்ப அவசரம். ரொம்ப ரொம்ப அவசரம் உனக்கு இல்லையா?' என்று அவள் கேட்டுக் குறும்பாகச் சிரிப்பது போல் ராமலிங்கத்துக்குப் பட்டது,

தேவியின் திருமுகத்தையே வைத்த கண் வாங்காது பார்த்து நின்ற ராமலிங்கம் 'அம்மா தாயே, என்னைக் காப்பாற்று' என்று வணங்கி, தன் கன்னங்களில் அடித்துக் கொண்டார்.

அன்னையின் குறுநகை மேலும் பிரகாசம் பெற்றது போலிருந்தது.

பட்டர், கர்ப்பூர வில்லைகள் வரிசையாய், அடுக்கடுக் காய், கொளுத்தப் பெற்ற அடுக்குச் சூடத் தட்டை கைகளில் பற்றி,

தனி லயத்துடன் மேலும் கீழுமாக லேசாக அசைத்து அசைத்து ஆட்டி, 'நடன தீபாராதனை' பண்ணி நின்றார். அதற்கேற்ற முறையில் நாதசுரம் தனித் தன்மை யோடு இசை ஒலி எழுப்பியது. மணிகள் ஒலித்தன. 'அம்மா தாயே, அகிலாண்ட நாயகி' என்று பக்தர்கள் பரவசத் துடன் முனகிக் கரங் கூப்பி நின்றனர்.

ஒளியில் குளிக்கும் மங்களப் பேரொலியாய் காட்சி தந்த அம்பாளின் திரு உருவம், மோகனப் புன்னகையும் ராமலிங் கத்தை என்னவோ செய்தன. அந்தத் திருமுகத்தையே கவனித்து நின்ற அவருக்கு அம்பாள் தன்னைப் பார்த்துப் பரிகாசமாய் சிரிப்பது போல் இருந்தது.

சுடுற கஞ்சியை காலில் கொட்டிக்கொண்டதுபோல் தவித்தாயே - 'நேரமாச்சு, நேரமாச்சு; சீக்கிரம் போகணும் என்று, ரொம்பவும் பரபரப்பு காட்டினாயே! இப்போ பறக்கலியா?' என்று கேட்பதாகத் தோன்றியது.

அவர் பார்வை இயல்பாகக் கைப்பக்கம் பாய்ந்தது. மணி என்ன என்று பார்ப்பதற்காக. கையில் கடியாரம் இல்லை. நெஞ்சு திக்கென்றது ஒருகணம். உடனேயே, 'கோயிலுக்குத் தானே, வாட்ச் வேண்டாம்' என்று அதைக் கையில் கட்டிக் கொள்ளாமலே வந்து விட்டது நினைவில் உறைத்தது.

அகிலாண்ட நாயகியின் சிரிப்பு அழுத்தம் பெற்றதாக அவருக்குப் பட்டது.

'அம்மா, தாயே, அகிலாண்ட நாயகி என்னை மன்னித்துவிடு' என்று உருக்கமாக வேண்டிக்கொண்டு, அன்னையை உள்ளத்தில் நினைத்து, கண்மூடிக் கரம் குவித்து வணங்கி நின்றார் ராமலிங்கம்.

அவர் அவசரமாகப் பயணம் புறப்பட்டுக்கொண்டு தான் இருந்தார். சிவபுறத்திலிருந்து பஸ் பிடித்து, ஐந்து மைல்களுக்கு அப்பால் உள்ள ஜங்ஷனுக்குப் போய், எக்ஸ்

பிரஸ் ரயிலில் பிரயாணம் போகவேண்டும். முக்கிய அலுவல் ஒன்று அவருக்காகக் காத்திருந்தது.

இந்த ஊர் பஸ்ஸை நம்ப முடியாது. எப்ப வரும் எப்போ போய்ச்சேரும் என்று கணக்கே கிடையாது. டிரைவர் கண்டக்டர் இஷ்டத்துக்கு வரும், போகும் மணிக்கணக்கில் வராமலே ஒழிஞ்சு போனாலும் போகும். ஒரு மணி நேரத்துக்கு ஒரு பஸ் என்று பேரு. ஒன்றரை மணி நேரம், ரெண்டு மணி நேரத்துக்கு ஒரு தடவை பஸ் வருவது தான் வழக்கமாக இருக்கு. அதனாலே வீட்டை விட்டு சீக்கிரமே புறப்படணும், என்று அவர் பரபரப்புக் கொண்டிருந்தார்.

அவருடைய அவசரத்தை அறியாதவர்களாக வீடுதேடி வந்தார்கள் ராசாப்பிள்ளையும் அவர் மனைவியும். ஊரிலே பெரிய மனிதர். ராமலிங்கத்துக்கு நெருங்கிய உறவும் கூட. தம்பி, இன்று நம்ம குழந்தைக்கு ஆண்டு நிறைவு. அகிலாண்டம்மனுக்கு விசேஷ பூஜைக்கு ஏற்பாடு பண்ணி யிருக்கிறோம்.நீங்க கட்டாயம் வரணும்' என்று வருந்தி அழைத்தார்.

ராமலிங்கம் தனது பிரயாண ஏற்பாடு பற்றியும், எவ்வளவோ சொன்னார் அவசர அவசியம் குறித்தும் ராசாப்பிள்ளை கேட்பதாக இல்லை.

"எக்ஸ்பிரசுக்குத் தானே போகணும்? ஏவம்மா எவ்வளவு நேரம் கிடக்கு. கோயிலுக்கு வந்து, அம்பாளை தரிசித்து பூசையில் கலந்து பிரசாதமும் வாங்கிக் கொண்டு போக தாராளமா நேரம் இருக்கும். அம்மன் அருளும் உங்களுக்குக் கிடைக்கும்' என்று அவர் சொன்னார். அவர் மனைவியும் வேண்டிக் கொண்டாள்.

அவர்கள் மனசை முறிக்க ராமலிங்கம் விரும்பவில்லை. பூஜையில் கலந்து கொள்ள முடியாது; தேவியின் திருவருள் கிடைக்கிறபோது கிடைக்கட்டும் என்று அடித்துப் பேசவும் அவர் மனம் இடம் தரவில்லை.

பஸ்ஸை பிடித்து எக்ஸ்பிரசுக்குப் போய்ச் சேரணுமே அதுதான் யோசனையாயிருக்கு என்று இழுத்தார் ராமலிங்கம்.

'கவலைப்படாதீங்க. எல்லாத்தையும் அகிலாண்ட நாயகி கவனித்துக் கொள்வா' என்று தைரியமூட்டினார் ராசாப்பிள்ளை.

'எப்படி தட்டிக் கழிக்கமுடியும்? பூஜை சீக்கிரமே நடந்துவிடும்' என்று ராசாப்பிள்ளை உறுதி கூறிய போதிலும்.

கோயிலில் நேரம் இழுத்துக் கொண்டே போயிற்று. மெது மெதுவாகத் தான் காரியங்கள் நடைபெற்றன.

அம்பாளுக்குத் திருமுழுக்குச் செய்து, திருக்காப்பிட்டு அலங்காரம் பண்ணி முடிப்பதற்கே வெகுநேரம் ஆகிவிட்டது. திரை விலகியதும் ஒளிரும் விளக்குகளின் வெளிச்சத்தில் அம்மனின் திருஉருவம் உயிர்பெற்றுச் சிரித்து நிற்கும் திவ்யமங்கள சொரூபமாகத் திகழ்ந்தது. அத்திருக் காட்சியில் ராமலிங்கம் பக்தி பரவசமானார். தனது பரபரப்பையும் பிரச்னைகளையும் மறந்தார். இந்தத் தரிசனத்துக்காக எத்தனை நேரம் வேண்டுமானாலும் காத்திருக்கலாம் என்று அவருக்குத் தோன்றியது.

'தீபாராதனை முடிந்து, விபூதி குங்குமம் பெற்றுக் கொண்டதும், அப்ப நான் வரட்டுமா?' என்று ராமலிங்கம் ராசா பிள்ளையிடம் கேட்டார்.

'நல்லாயிருக்குதே நியாயம்! இத்தனை நேரம் இருந்து போட்டு பூஜைப் பிரசாதம் பெற்றுக் கொள்ளாமல் போவ வாவது! இருங்க இருங்க, இதோ ஆச்சுது?' என்றார் மற்றவர்,

அங்கேயே வசதியான ஒரு இடத்தில் இலைகள் பரப்பி, பிரசாதம் விநியோகித்தார்கள். வெண் பொங்கல், புளி யோதரை, சர்க்கரைப் பொங்கல், ராமலிங்கம் இலையில் தாராளமாகவே பரிமாறப்பட்டன.

இதே போதும். இனி மேல் சாப்பாடு தேவையில்லை. வீட்டுக்குப் போயி, உடனே கிளம்ப வேண்டியது தான் என்று அவர் எண்ணிக் கொண்டார்.

மற்றவர்களிடம் விடைபெற்றுக் கொண்டு அகிலாண்ட நாயகியின் உருவத்தை அவர் திரும்பிப் பார்த்தபோது மீண்டும் அந்த புன்னகை அவரை வசீகரித்தது. குறும்பு, தனமும் பரிவும் பிரியமும் கலந்த ஒரு மோகனப் புன்னகைத் எதிரே நின்று முகம் பார்த்து அன்னை சிரிப்பது போலவே தோன்றியது.

ராமலிங்கத்தின் உள்ளத்தில் ஒரு சிலிர்ப்பு ஏற்பட்டது. ஒரு நிறைவு புகுந்தது. அம்மனையே பார்த்தபடி நின்றார். சிறிது நேரம் சென்றதும், திடுக்கிட்டவராய் தன்னை சுதாரித்துக் கொண்டு, 'அம்மா அகிலாண்ட நாயகி! நீதான் எனக்குத் துணை. அம்மா, என்னை கைவிட்டு விடாதே' என்று மனமாறப் பிரார்த்தித்து வணங்கினார்.

பிறகு திரும்பித் திரும்பி அன்னையின் அருள் முகத்தைப் பார்த்த படி நடந்தார்.

ராமலிங்கம் பஸ் நிற்குமிடம் சேர்ந்தபோது ஜங்ஷன் போற பஸ் 'இப்ப தான், சித்தெ முந்திதான் போச்சு' என்ற தகவல் கிடைத்தது. அடுத்த பஸ் இன்னும் கொஞ்ச நேரத்திலே வந்திடும் என்ற ஆறுதல் மொழியும் கிடைத்தது.

'இன்னும் கொஞ்ச நேரம்' என்பது அந்த ஊர் பஸ்களைப் பொறுத்த வரை ஒவ்வொரு நாள்- ஒவ்வொரு நேரத்தில் வெவ்வேறு கால அளவாமும் அதையும் ராமலிங்கம் காத்திருந்த வேளையில் ஒன்றரை மணி நேரத்துக்கும் அதிகமாக ஆயிற்று.

'என்ன செய்வது? போய்த்தானே தீரவேண்டும்' என்று முணுமுணுத்துக் கொண்டார் அவர்.

பஸ் வந்தது. அவசரம் அவசரமாகப் பிரயாணிகள் ஏறி இடம் பிடித்தார்கள். அவர்கள் பொறுமையை மேலும் சிறிது நேரம் சோதித்த பிறகு பஸ் சாவதானமாக கிளம்பியது. ஓடியது. ராமலிங்கம் அடிக்கடி கைக்கடியாரத்தைப் பார்த்துப் பார்த்துப் புழுங்கிக்கொண்டிருந்தார்.

"எக்ஸ்பிரசை பிடிக்கும் படியா இது போய் சேருமோ என்னமோ!" என்ற உதைப்பு அவர் மனசை அலைகழித்தது. உம்ம். எல்லாம் அவள் அருள். நடக்கிறபடி நடக்கட்டும் என்றும் மனம் குறுகுறுத்தது.

இடை வழியில் ஒரு பெரும் சோதனையாக 'லெவல் கிராஸிங் கேட்' அடைக்கப்பட்டு விட்டது. எப்பவோ வரவிருந்த ஏதோ ஒரு டிரெயினுக்காக முன்கூட்டியே கதவை அடைத்து விட்டார்கள். வழக்கமான இச் செயலினால் பாதிக்கப்படுகிற பஸ் பயணிகள் வழக்கமாகப் புலம்புகிற குறை கூறல்களை இந்த பஸ் பயணிகளும் புலம்பினார்கள். ராமலிங்கத்தின் மனமும் ஒத்துப் பாடியது.

'வெகுநேரம்' எனத்தோன்றிய ஒரு கால அளவுக்குப் பிறகு ரயில் வண்டி கடந்துபோன பின்னர் கேட் திறக்கப்பட்டது. வண்டிகள், பஸ்கள், லாரிகள், மற்றும் பலவகை வாகனங்களும் ஏற்படுத்திய நெரிசலில், பஸ் மிக மெதுவாகத்தான் முன்னேற முடிந்தது.

ராமலிங்கம் ஜங்ஷன் ஸ்டேஷனை அடைந்த போது எக்ஸ்பிரஸ் ரயில் புறப்பட்டுச் சென்று ஐந்து நிமிஷங்கள் ஆகியிருந்தன.

ஏமாற்றம் அவரை குழப்பத்தில் ஆழ்த்தியது. என்ன செய்வது. இனி என்ன செய்யலாம் என்று குழம்பியபடி நின்றார் அவர்.

'ஸார் வாறேளா? ஒரே ஒரு ஸீட் இருக்கு. அருமையான வண்டி. நல்ல பிரஷர் கார் ரெயில் கட்டணத்துக்கு மேலே ஒரு ரூபா கொடுத்தால் போதும் ஜம்னு உட்கார்ந்து எக்ஸ்பிரஸை விட வேகமாப் போயி சீக்கிரமே நகர் சேர்ந்திடலாம்!'

அவர் அருகில் வந்து இதைச் சொன்னவரின் குரல் அவரது ஆசையை தூண்டியது. சிறிது தயங்கினார். பிற துணிந்து விட்டார். அந்த ஆள் காட்டிய காரில் ஏறி அமர்ந்தார்.

காரினுள் சௌகரியமாக அமர்ந்து, கார் புறப்பட்டு வேகமாக ஓடவும், அவர் நிம்மதியாக மூச்சு விட்டார். 'அகிலாண்ட நாயகி, எல்லாம் உன் கிருபை!' என்று அவர் மனம் பேசியது,

அப்போதும் குறும்பும் பரிவும் அருளும் கலந்த புன்னகையோடு அவரையே பார்த்த அன்னையின் திருமுகம் அவர் உள்ளத்தில் பளீரென்று நிழலிட்டு மறைந்தது. 'அம்மா அகிலாண்ட நாயகி உன் அருள்' என்று மனசுக்குள் கூறிக் கொண்டார் அவர்.

ராமலிங்கம் இப்படி ஆத்ம பூர்வமாக அடிக்கடி எண்ணி கொள்ள வேண்டிய அவசியம் அந்தப் பிரயாண முடிவிலேயே நேரிட்டது.

அந்தக் கார் அடைய வேண்டிய நகரை உரிய காலத்தில் அடைந்தது. அதில் வந்த பயணிகளுக்கு ஒரு பரபரப்பான செய்தி அங்கே காத்திருந்தது.

ராமலிங்கமும் மற்றவர்களும், காலம் திருந்தால் ஏறி பயணம் செய்திருக்கக் கூடிய- செய்திருக்க வேண்டிய - எக்ஸ்பிரஸ் ரயில் இடைவழியில் ஒரு இடத்தில் தண்டவாளம் பெயர்ந்து தடம் புரண்டு, விபத்துக்கு உள்ளாகியிருந்தது. என்ஜினும் அதை அடுத்து இரண்டு பெட்டிகளும் கவிழ்ந்து விழுந்து விட்டன. பலபேர் செத்து போனார்கள்; ஏகப்பட்டபேருக்கு பலத்த அடி, காயம்.

இதைக்கேட்ட ராமலிங்கத்தின் உள்ளத்தில் இனம் புரியாத உணர்ச்சி ஒன்று பொங்கிப் பிரவாகித்தது. அதில் ஆனந்தமும் அம்மா நான் பிழைத்தது பெரிய அதிர்ஷ்டந் தான் என்ற நிம்மதியும் கலந்திருந்தன. அதற்கெல்லாம் மேலாக தேவியின் திருவருள்தான் நம்மை காப்பாற்றி யிருக்கிறது என்ற பரவசமும் இணைந்து ஒலித்தது. அன்னையின்

குறும்புத்தனமும் பாசமும் பிரியமும் நிறைந்த புன்னகை இப்பவும் அவர் கண்முன்னே களிநடம் புரிவது போன்ற உணர்வு அவருக்கு ஏற்பட்டது.

'அம்மா அகிலாண்ட நாயகி... வேறு எதுவும் கூற முடியாத உணர்ச்சித் தழுதழுப்புடன் அந்த இடத்திலேயே கரம் குவித்து வணங்கினார் ராமலிங்கம்.

9. தீ வேலி

இருட்டி விட்டது.

பையப் பையப் பதுங்கி வந்து குபீர் என்று பாய்ந்து விடும் வலிய மிருகம் மாதிரி, கொஞ்சம் கொஞ்சமாகப் படிந்து திடுமெனத் தனது முழு ஆற்றலோடும் கவிந்து கொண்டது இருள்.

சூரியன் மேல் வானில் வேகமாக விழுந்து கொண்டிருந்த போதே, அடுத்த அந்தி மயக்கம் நிழல் பரப்பிய வேளை யிலும், மனிதருக்கு அச்சம் எழுப்பும் சூழலாக விளங்கிய அந்த மலைப்பிரதேசம் இப்போது மேலும் பீதியும் கலவரமும் உண்டாக்கியது.

மலை அடிவாரத்தை ஒட்டிய கிராமங்களைச் சேர்ந்த பத்துபேர், மலை மீதுள்ள சாத்தாவுக்கு விசேஷ பூஜை செய்வதற்காக, மேலே வந்திருந்தார்கள்.

அவர்கள் சீக்கிரம் உரிய இடத்துக்குப் போய்விட வேண்டும் என்று வேளையோடு தான் கிளம்பினார்கள். மலைப் பாதையில் வேகம் வேகமாக நடந்ததிலும் குறைச்சல் இல்லை.

என்றாலும், ஐந்து மைல் தூரம் என்று கணக்கிடப்பட்டிருந்த பாதை, அடுக்கு அடுக்காக அமைந்திருந்த மலைப் பகுதிகளில் ஏறியும் இறங்கியும், வளைந்தும், சுற்றியும், நெளிந்தும் நேராகவும் கிடந்தது. நடக்க நடக்க வழி வளர்ந்து கொண்டே போவது போலிருந்தது. மரங்கள் அடர்ந்த பகுதிகளிலும், பாதைகளினூடும், மலையின் ஓரமாகவும், இடுப்பு வரை உயர்ந்து மண்டி வளர்ந்து கிடந்த புல்களின் மத்தியிலும் பாதை சென்றது. அதில் அவர்கள் மெதுவாகத்தான் நடக்க முடிந்தது.

ஒரு இடத்தில் சிற்றாறு அருவியாய் குதித்து, கவலையற்ற குமரிப்பெண் போல் வீரிட்டுத் துள்ளி ஓடிக் கொண்டிருந்தது.

அங்கே அவர்கள் காலார உட்கார்ந்து, பசிதீரச் சாப்பிட்டார்கள். நடந்து வந்த களைப்பும் உண்ட கிறக்கமும் தூண்டிவிட, சாவகாசமாக இருந்து வம்பளந்தார்கள். பிறகு, நேரமாயிட்டுது' என்ற உணர்வு தார்க்குச்சி போடவே, எழுந்து நடந்தார்கள். ஆரம்ப வேகம் நடையில் சேரவில்லை.

நின்று நின்று, கீழே தூரத்தில் தென்படும் தோற்றங்களை இனம் காண முயன்று அது இந்த ஊர் -- இல்லை அந்த ஊர் என்று வாக்குவாதம் செய்து நேரம் போக்கியவாறே நடந்தார்கள்.

“ஏ, சீக்கிரம் போய்ச் சேரணும், யானை வந்தாலும் வந்திடும்" என்றார் ஒருவர்.

இந்தா வனமா மண்டி வளர்ந்து கிடக்குதே, இது தான் எலிபன்ட் கிராஸ், இங்கே உள்ளவங்க சுக்குநாறிப்புல் என்பாங்க. யானைகளுக்கு ருசிகரமான தீனி. மலைப்பகுதிகளில் இந்தப் புல்லுக வளர்ந்து செழித்ததும், யானைகளின் நடமாட்டமும் அதிகமாயிடும். இந்தப் புல்லைத் தின்ன, தனித்தனியாகவும் கூட்டம் கூட்டமாகவும் யானைகள் திரியும்."

விஷயம் தெரிந்த ஒருவரின் இந்தப் பேச்சு மற்றவர்களுக்கு பயம் விதைத்தது. அவர்கள் கால்களில் வேகம் கூடியது.

"ஏய், யானை வந்திருக்கு!" என்று ஒருவர் அச்சக் குரல் கொடுத்தார்.

"எங்கே எங்கே?" என்று பதறி அங்குமிங்கும் பார்த்தார்கள் பலர்.

"எப்பவோ வந்து போயிருக்கு. இந்தா பாரு பாதையிலே - லத்தி காஞ்சு கிடக்குது" என்றார் அதை முதலில் கண்டவர்.

"இதோ இங்கே யானை லத்தி."

..இது ரொம்பவும் காஞ்சு போனது. யானை ஏழெட்டு நாளைக்கு முன்னாடி வந்திருக்கும்"

"இங்கே பச்சையாக் கிடக்கு. நேற்றுப் போட்டதாக இருக்கும்.

யானை லத்தி ஆராய்ச்சியில் ஈடுபட்ட பாதசாரிகளின் பேச்சு, யானை வந்துவிட்டால் எப்படித் தப்பி ஓடுவது என்ற பிரச்னையை தொட்டது.

யானையைக் கண்டுவிட்டால் நேராக ஓடக்கூடாது. வளைஞ்சு வளைஞ்சு ஓடணும். அப்பதான் யானையாலே வேகமாப் பின் தொடர முடியாது என்றார் ஒருவர். மரத்து மேலே ஏறிவிடணும் என்று வேறொருவர் சொன்னார்.

"பிரயோசனப்படாது. யானை அலக்கா மரத்தைப் பிடுங்கி எறிஞ்சிடும். பள்ளமா இருக்கிற இடத்திலே குதிச்சால் தப்பிப் பிழைக்கலாம்" என்று இன்னொருவர் கூறினார்.

'அதுகூட ஆளைக் காப்பாற்றாது. போன வாரம் பாருங்க. இப்படித்தான் ஒருத்தன் யானையைக் கண்டதும் பள்ளத்திலே குதிச்சான், யானை என்ன பண்ணிச்சி தெரியுமா? சரிவிலே சாய்ந்து சர்ருனு வழுக்கி இறங்கி, அவனை பாறையோடு பாறையாக வச்சுக் குத்தி, நசுக்கி ஐயோ, பாவம்! அவன் துவையல் ஆயிட்டான்' என்று, கூட இருந்து கண்டு களித்தவர் போல், விண்டுரைத்தார் ஒரு அண்ணாச்சி.

- அண்ணாச்சியா பிள்ளே, அப்ப நீங்க எங்கே நின்னு பார்த்துக்கிட்டிருந்தீக? என்று அவரை யாரும் குறுக்கு விசாரணை பண்ணவில்லை. அதிகமாகக் குழப்பமும் கலவரமும்தான் அடைந்தார்கள்.

"சரிசரி, வேகமா நடங்க, சாத்தாவுக்கு பொங்கல் போட்டுவிட்டு, நாம் இருட்டுறதுக்கு முன்னாடி செங்கல் தேரி பங்களாவுக்குப் போயிடணும், ராத்திரி பங்களாவிலே

தங்குறதுதான் நல்லது. பாதுகாப்பா இருக்கும். கதவுகளை சிக்குனு சாத்திக்கிட்டு உள்ளே கம்னு இருக்கலாம். எந்த மிருகமும் நம்மை எதுவும் செய்ய முடியாது" என்று வழி வகுத்துக் கொடுத்தார் கோஷ்டியின் தலைவர் மாதிரி செயலாற்றி வந்தவர்.

எந்த உந்துதல் அவர்களைத் தள்ளிச் சென்ற போதிலும், எவ்வளவு வேகமாக அவர்கள் நடந்து முன்னேற முயன்ற போதிலும், சாத்தா இருந்த மேட்டை அடைவதற்கே பிற்பகல் மணி இரண்டு ஆகிவிட்டது.

சாத்தா, இதர தேவதைகள், குதிரை, யானைகள், சப்த கன்னியர் என்று ஏகப்பட்ட சிலைகள் ஒரு மேட்டின் மீது நின்றன.

மேட்டை ஒட்டி சமவெளி, புல்தான் புதர்புதராக மண்டிக் கிடந்தது. சிற்சில குத்துச் செடிகளும் அங்கங்கே காணப் பட்டன. ஓங்கி வளர்ந்த பெரிய மரங்கள் எல்லாம் இந்தப் பகுதியில் இல்லை. சுக்கு நாறிப்புல் ஒரு ஆளின் மார்புக்கு வருகிற அளவு ஓங்கி வளர்ந்து அடர்த்தியாகத் தென்பட்டது. நெடுகிலும், அதனுள் காட்டு மிருகங்கள் பதுங்கி வந்தாலோ மறைந்திருந்தாலோ, எவரும் கண்டுகொள்ள இயலாது.

சற்று தள்ளி - சுமார் ஒரு பர்லாங் தொலைவில் - சிறு - ஆறு சலசலத்து ஓடிக்கொண்டிருந்தது. அதன் கரைகளிலும், புறங்களிலும் மரங்கள் செறிந்து வளர்ந்து நின்றன பெரிய பெரிய கற்களினூடே ஓடுவதனாலும், இடைக் கிடை மேடுகளிலிருந்து பள்ளங்களில் வீழ்வதனாலும் ஆறு தனிரக இசை போன்ற ஒரு ஓசையை ஓயாது ஒலி பரப்பியவாறிந்தது.

யானைகள் புல்லைத் தின்ன வரும்... இந்த ஆற்றிலே தண்ணீர் குடிக்க புலி, கரடி எல்லாம் வரும் இப்படி ஆளுக்கு ஆள் ஒன்றைச்சொல்லி, தங்கள் உள்பயத்தை தாங்களே அதிகப்படுத்திக் கொண்டார்கள் "சாத்தா பிரீதி" செய்ய வந்தவர்கள்.

கீழே உள்ள ஊர்களுக்கு மலை விலங்குகளால் ஆபத்து ஏற்படாமல் அந்த மலைச் சாத்தாதான் காப்பாற்றுகிறார்; காலாகாலத்தில் மலை மீது மழை பெய்ய வைத்து, ஆறுகளில் மிகுதியாக நீர் ஓடும்படி செய்து, தரை மீதுள்ள ஊர்களில் நடைபெறும் விவசாய அலுவல்களுக்கு அவர் தான் உதவி புரிகிறார் என்பதுமலை அடிவார ஊர்மக்களின் நம்பிக்கை. தலைமுறை தத்துவமாகக் கிராமவாசிகளின் உள்ளத்தில் ஊறி வளரும் நம்பிக்கை இது.

சாத்தாவுக்கு நன்றி அறிவிப்பதுபோல், கிராமவாசிகள் தேர்ந்தெடுத்த சில பேரை மலை மீது அனுப்பி, வருஷத்துக்கு ஒரு தடவை சிறப்பாக பூஜை பண்ணி வரும்படி செய்வார்கள். மழை பெய்யாமல் போனாலும், ஊர்களுக்குள் புலி, கரடி, யானை போன்ற மிருகங்கள் புகுந்து சேதம் விளைவித்தாலும், சாத்தாவுக்கு கோபம் ஏற்பட்டுள்ளது என்று கருதி விசேஷமாக பூஜை பண்ண முன் வருவார்கள்.

பயத்தின் மீது வளரும் இந்த பக்தி காரணமாக, சாத்தாவுக்கு செய்யப்படும் பூஜை நியதிகளில் எதையும் குறைத்துவிட அவர்கள் துணிவதில்லை.

ஆற்றிலிருந்து குடம் குடமாகத் தண்ணீர் கொண்டு வந்து எல்லாச் சிலைகளையும் குளிரக் குளிர அபிஷேகம் செய்வார்கள்...இளநீர், பால், எண்ணெய் மஞ்சள்பொடி என்று அபிஷேக அயிட்டங்கள் அதிகமாகவே இருக்கும். முடிவில், பழங்களைக் கொண்டு தயாரிக்கப்பட்ட பஞ்சாமிர்த அபிஷேகம். மீண்டும் குளிர் நீர்க் குளிப்பாட்டு, அப்புறம் நெவித்தியம்' (நிவேதனம்) தீபாராதனை எல்லாம் ஏகதடபுடல்தான்.

சாத்தாவுக்கு வடைமாலை சாற்ற வேண்டும். பூம்பருப்பு, வெண்பொங்கல், சர்க்கரைப் பொங்கல் படைக்கவேண்டும். இவற்றை எல்லாம் மலைமீது வந்து தான் தயாரிக்க வேண்டும். இதற்குத் தேவையான சகல பொருள்களையும் மூட்டைகட்டி ஆட்கள் சுமந்து வருவது தான் வழக்கம்.

முதலாவது பெரிய பூசை செய்து முடித்த உடனேயே இரண்டாவதாக ஒரு பூஜையும் செய்யவேண்டும். சிறு அளவில். இதற்கு பாயாசமும் சுண்டலும் நிவேதிக்கப்படும்.

பூஜைகளில் எதைக் குறைத்தாலும், அவசரப்பட்டு எதையாவது செய்யாமல் விட்டு விட்டாலும், "சாத்தா கோபித்துக்கொள்வார், ஊர்களுக்கு தீமை விளையும்" என்று மக்கள் பயப்பட்டார்கள். அதனால், எவ்வளவு நேரம் ஆயினும், இருந்து ஆர அமர 'சாத்தா ப்ரீதி' செய்வதுதான் பக்தர்களின் நியதியாக அமைந்திருந்தது.

இப்போதும் குறைவற பூஜைகளை நடத்தினார்கள். "நெவித்தியங்கள்" தயாரிக்கவே மிகுந்த நேரம் ஆயிற்று. அப்புறம் ஆற்றில் குளித்துவிட்டு, நீர் கொண்டு வந்து சிலைகளைக் குளிப்பாட்டி, அலங்காரம் செய்து, தீபாராதனை பண்ணி... இல்லையா, ஏகப்பட்ட வேலைகள்? அவை முடிந்ததும், பிரசாத விநியோகம், சாப்பாடு, அதன் பிறகு இரண்டாவது பூஜைக்கு ஆயத்தம்... இப்படிச் சிறுகச் சிறுக நேரம் காலியாயிற்று.

"இருட்டுறதுக்குள்ளே ரெண்டாவது பூசையை முடிச் சுட்டு, செங்கல்தேரி பங்களாவுக்கு போகப் பார்க்கணும்" என்று ஒவ்வொருவரும் அடிக்கடி சொல்லிக் கொண்டாலும், எல்லோரும் பறந்து பறந்து காரியங்களை கவனித்த போதிலும், பூஜை முடிவதற்குள் இருட்டு வந்துவிட்டது. காலம் இறக்கை கட்டிக்கொண்டு பறந்தோடுவது போல் தான் தோன்றியது அவர்களுக்கு.

அவர்கள் இருந்த இடத்திலிருந்து பங்களா இரண்டு மைல் தள்ளி இன்னொரு மலைமுகட்டில் அமைந்திருந்தது. சுற்றி வளைத்து இறங்கி ஏறிச் செல்ல வேண்டிய கடின மான நடைவழிதான். இருட்டில் அந்தப் பாதை வழியே போக முடியாது.

இரவு முழுவதும் சாத்தா மேட்டில் தங்கியிருப்பது தவிர வேறு போக்கு கிடையாது, வருவது வரட்டும் என்று துணிந்தார்கள் அவர்கள்.

அவர்களிடம் இரண்டு அரிக்கன் லாந்தர்கள் இருந்தன. மூன்று பேர் 'பேட்டரி லைட்' வைத்திருந்தார்கள்.

முன்னிரவில் மிருகங்களின் நடமாட்டம் இராது. இருள் கனக்க கனக்கத்தான் புலிகளும் மற்ற மிருகங்களும் சஞ்சரிக்கத் தொடங்கும். இப்போதைக்கு அரிக்கன் லாம்புகள் போதும். சாத்தா முன்னாலே ஒரு தீப்பந்தம் எரிய விடுவோம். பழைய துணிகள், கிழிந்த கோணிகளை எல்லாம் சுருட்டி, கைவசம் மிச்சமிருக்கிற எண்ணையை ஊற்றி, தீ வைப்போம்' என்று குழுவின் தலைவர் யோசனை கூறினார்.

உடனடியாக அது அமுல் நடத்தப்பட்டது.

லாந்தர்களின் மங்கலான வெளிச்சம், எங்கும் கவிந்து தொங்கிய இருளின் ஆழத்தை புலப்படுத்தியது. தீப்பந்தத்தில் குதித்தாடி எறிந்த நெருப்பு நாக்கு, சிலைகள் மீதும் சுற்றிலும் விசித்திர நிழல்களைப் பூசியது.

அனைவரும் பூஜை முடிந்ததுமே தத்தமது வயிற்றுப் பாட்டைப் பூர்த்தி செய்து விட்டதால் இப்போது அவர்களுக்கு முக்கிய வேலை எதுவும் இல்லை. துண்டை விரித்து நீட்டி நிமிரலாம். உடம்புக்கு ஓய்வு தேவை. பங்களாவில் இருந்தால் தூக்கம் தானாக வந்து இமைகளை தழுவி அவர்களை சொக்க வைத்திருக்கும். இந்த இடத்தில் தூக்கம் எப்படி வரும்? குளிர்ந்த காற்று வீசிக்கொண்டிருந்தது. நேரம் ஆக ஆகக் குளிரும் அதிகரிக்கும். குளிரின் கொடுமையை விட, கொடிய வன மிருகங்களின் பயம் உள்ளத்தையும் உடலையும் அதிகம் நடுங்க வைப்பதாயிருந்தது.

பூஜை நடைபெறுவதற்கான ஏற்பாடுகளை அநேகர் கவனித்துக் கொண்டிருந்தபோதே, சிலர் சுற்று வட்டாரத்திலும் ஆற்றோரத்திலும் அலைந்து திரிந்து

சுள்ளிகள் கொம்புகள், சருகுகள், சிறு சிறு கட்டைகள் என்று பலவித மான எரிபொருள்களையும் சேகரம் செய்து குவிந்து வைத் திருந்தார்கள். தேவைப்படுகிற சமயத்தில், தீ மூட்டி, குளிர் காயலாமே என்றுதான்.

பத்துப் பேரும் சாத்தா மேட்டில் உட்கார்ந்து வம்ப ளந்து கொண்டிருந்தார்கள். ஒருவர் ஊர்க்கதை, பழங் கதை பேசினார். இன்னெருவர் சுவாரஸ்யமாக யார் எவளோடு போனான், எவள் எவனோடு தொடர்பு கொண்டு ஓடினாள் என்ற தன்மையில் காதல் விவகாரங்களை விவரமாக வர்ணித்தார். திருடன், கொலை, சாவு போன்றவற்றை எடுத்துச் சொல்லி மகிழ்வு கண்டார் ஒருவர். மலை மீது நடந்த வேட்டை, அனுபவங்கள். ஊருக்குள் புகுந்து விட்ட மிருகங்களின் அட்டகாசங்கள் பற்றி வேறொருவர் சொன்னார்.

"சும்மா பேசிக்கொண்டிருப்பதைவிட, சீட்டாடினால் இன்ட்ரஸ்டாக இருக்குமே. தூக்கமும் வராது" என்று ஐடியா கொடுத்து, துணைக்கு மூன்று பேரைச் சேர்த்து ஒரு அரிக்கன் லாந்தரையும் எடுத்துக் கொண்டு தனிக்குழு அமைத்து விட்டார் ஜாலி பிரதர் ஒருவர்.

எல்லாரும் முழிச்சுக் கிட்டிருந்தா எல்லாருக்கும் ஒரே அடியாத் தூக்கம் வந்துடும். டர்ன் வச்சு ஒன்றிரண்டு பேரு தூக்கம் போடுவோம். ரெண்டு மூன்று மணி நேரம் கழிச்சதும், வேறு சில பேரு தூங்கலாம். முதல்லே தூங்கினவங்க முழிச்சுக்கிட்டு உட்கார்ந்து காவல் காக்கலாம் என்று யோசனை சொன்ன ஒருவர் சரியான தூக்கப்பிரியர். இரண்டாமவரின் 'வழி மொழி' தலையோ, இதரர்களின் அங்கீகரிப்பையோ எதிர்பாராமல், தனது தீர்மானத்தை உடனடிச் செயலாக்கினார்.

இருட்டு பயங்கரமாக இருந்தது. வானத்திலே ஒளிப் பூக்கள்

கண் சிமிட்டவில்லை. மேகப்படுதா விண்ணின் அற்புதங்களை மூடி மறைத்திருந்தது. குளிர்ந்த காற்று 'ஊஸ்-ஊஸ்' எனப் பெருமூச்சுயிர்த்து ஊர்ந்து கொண்டிருந்தது.

"மழை வராது. இந்த நிலையில் மழைவேறு வந்து விட்டால் நம்ப பாடு ரொம்பவும் சிரமந்தான்." சாத்தா மேட்டில் விழித்துக்கொண்டிருந்த ஒவ்வொருவரின் நினைப்பும் இதுவாகவே இருந்தது.

பக்தர் கோஷ்டியின் தலைவராகப் பணியாற்றியவர். ஒரு போர்வையினால் உடலை மூடி, துண்டினால் தலைப் பாகை கட்டிக்கொண்டு, கைகளை குளிருக்கு இதமாகச் சேர்த்து கட்டியவாறு, அப்படியும் இப்படியும் நடந்தார். அவ்வப்போது டார்ச் லைட்டை அடித்து, சுற்றுப்புறம் நெடுகிலும் ஒளி வீசி, கூர்ந்து கவனித்தபடி இருந்தார். எந்தப் பக்கத்திலிருந்து எந்த மிருகம் எப்படி வருமின்னு யாருக்குத் தெரியும் என்று அவர் மனம் முணுமுணுத்தது.

"எதுக்கும் முன்னெச்சரிக்கையா தீயைக் கொளுத்தி போடுவோம். சருகு செத்தை எல்லாம்தான் நிறைய இருக்குதே!" என்று அவர் எண்ணினார்.

இரண்டு ஆட்களை அழைத்து, மேட்டைச் சுற்றிலும் சருகு, சுள்ளி, குச்சி, கொம்பு வகையராவை வேலி மாதிரி பரப்பும்படி ஏவினார்.

சூழ்நிலையில் நிசப்தமே நிலவியது. மரங்கள் மண்டிய மலைப் பகுதிகளில் எப்போதும் நானா விதமான பறவைகளின் கூச்சலும், ரகம் ரகமான வண்டுகளின் ஒலிகளும், மலை அணில்களின் விசித்திரமான கீச்சிடுதலும் எழுந்து பரவும். இரவு நெருங்கும் சமயத்தில் கூச்சல்கள் அதிகரித்துக் கதம்ப ஒலியாய்க் குழம்பும், ராத்திரி நேரத்தில் இரவுப் பறவைகளின் ஒலிகளும் வண்டுகளின் இரைச்சலும் கேட்டுக் கொண்டேயிருக்கும். இவற்றுக்கெல்லாம் பின்னணி இசைபோல் ஆற்று நீரோட்டத்தின் சத்தம் ஓயாது ஒலிக்கும்.

ஆனால், சாத்தா மேட்டுப் பகுதியிலோ எவ்விதமான இரைச்சலும் இல்லை. சற்று தொலைவில் ஓடிய ஆற்று நீரின் ஓசைதான் தனி ரக இசையாக ஒலித்துக் கொண்டிருந்தது. இரவின் ஆழ்ந்த அமைதியினூடே அந்த ஓசை பகல் நேரத்தைவிட கனமேற்று ஒலித்தது. இடையராத அந்தச் சத்தம் சிலருக்கு அச்சம் ஊட்டுவதாகவும் இருந்தது.

பகலில் "இறக்கை கட்டிக்கொண்டு பறப்பதுபோல்" தோன்றிய நேரம், இப்போது வானத்தின் கீழ் இருட்டிலே விழித்திருந்தவர்களுக்கு, நத்தை மாதிரி ஊர்ந்து கொண்டிருப்பதாகத் தோன்றியது.

"சே, மணி ஒன்பதரைதான் ஆகுது" என்றார் தனது ரிஸ்ட் வாட்சை டார்ச் வெளிச்சத்தில் பார்த்துக்கொண்ட ஒருவர்.

'செங்கல்தேரி பங்களாவிலே இருக்கணும் இந்த நேரத்திலே!" என்று முனகினார் ஒருவர்,

"அதுக்கு ஏன் அண்ணாச்சி, செங்கல்தேரிபங்களான்னு பேரு வந்தது? மலைமேலே கொண்டு போயி யாரு அதைக் கட்டினாங்க?" என்று விசாரித்தார் ஒரு நபர்.

'அண்ணாச்சி' என்று எல்லோராலும் அழைக்கப் பட்ட குழுத்தலைவர் பதில் அளிப்பதற்கு முன்னதாக, எல்லா விஷயங்களைப் பற்றியும் கூடவோ குறையவோ தெரிந்து வைத்திருந்த அறிவாளி அவசரமாக விளக்கலானார்:

தேரி என்றால் மேடு என்று அர்த்தம். மலை மேலே உள்ள எஸ்டேட் கட்டிடங்கள் கட்டுவதற்கு அந்த இடத்திலே தான் மண் எடுத்து செங்கல் சூளை போட்டு, செங்கல் தயாரிச்சாங்க. அதுனாலே அந்த மேட்டு நிலத் துக்கு செங்கல் தேரியின்னு பேரு ஏற்பட்டது. அங்கே இருக்கிற பங்களா வெள்ளைக்காரங்க காலத்திலே கட்டப் பட்டது. மலை மேலே காடுகள் எஸ்டேட்டுகளை பரிசோதிக்க வெள்ளைக்கார ஆபீசருக வருவாங்க. அவங்களுக்கு மலைகள், கடல்கள் என்றாலே ரொம்பப் பிரியம். இந்த இடத்திலே தோற்றமும்

கிளை மேட்டும் கொடைக்கானல் மாதிரி இருக்கும். ஆகவே இங்கே நாலைஞ்சு நாள் தங்கிப் போகலாமே என்கிற ஆசையோடு அவங்க அருமையான இடத்திலே வசதியாக பங்களா கட்டி வச்சாங்க, இப்போ அது பெரும்பாலான நாட்கள் அடைச்சே கிடக்குது. எப்பவாவது மலைமேலே ஏறி வரக்கூடிய யாராவது பங்களாவிலே தங்க வேணுமின்னா, கீழே உள்ள வனத்துறை அலுவலகத்தில் பணம் கட்டி, அனுமதி பெற்று, சாவியும் வாங்கிக் கொண்டு வரணும். நாம் அப்படி வாங்கி வந்திருக்கோம். இருந்தாலும், அங்கே போக முடியாமல், திறந்த வெளியிலே குளிரிலே கிடந்து அவஸ்தைப் படணுமின்னு ஆயிட்டுது எல்லாம் காலம் செய்கிற வேலை!'

ஒரு மாதிரியாக அவர் பேச்சை நிற்பாட்டியதும், "குளிருக்குப் பாதுகாப்பா தீ மூட்டிக்கிட்டா போச்சு!" என்று கூறி, சுற்றி வரக் குவிக்கப்பட்ட சருகுகள் சுள்ளிகளில் நெருப்பு வைத்தார் அண்ணாச்சி.

தீ சிறுகச் சிறுகப் பற்றியது. அணைந்து விடுவதுபோல் பம்மி, குபீரென்று எவ்விப் படர்ந்தது. புகைக் கக்கியது. ஒளி நாக்குகள் நீட்டி நர்த்தனமிட்டது. அகப்பட்டதை நக்கி வலிமை பெற்றது. அங்கும் இங்குமாய் தாவிக் குதித்து நெடுகிலும் பாய்ந்து பரவியது. செம்மையாய் சிரித்தது.

மேட்டின் மீதிருந்த மனிதர்களுக்கு உஷ்ணமும் தைரியமும் அளிக்கும் ஒளி வளையமாக தீ வட்டமிட்டு மிளிர்ந்து எரிந்து கொண்டிருந்தது.

"இப்படி எவ்வளவு நேரம் எரியும்? மேலும் மேலும் தீ எரிவதற்குத் தேவைப்படும் கட்டைகள் நம்மிட இல்லையே!" என்று வருத்தப்பட்டார் ஒருவர்.

"எரிகிறவரை எரியட்டுமே, இப்பவே நாம் ஏன் வீணாகக் கவலைப் படணும்?" என்று அண்ணாச்சி சொல்லி வைத்தார்.

நேரம் ஊர்ந்து கொண்டிருந்தது.

"டீ அல்லது காப்பி தயாரித்துக் குடித்தால் இந்த நேரத்துக்கு உற்சாகமாக இருக்கும்" என்று ஒருவர் அபிப் பிராயப் பட்டார்.

"தயாரிக்கலாமே!" என்ற அண்ணாச்சி, சமையல் நிபுணரை ஏவுவதில் உற்சாகம் காட்டினார்.

'சுக்கு வெந்நீர்தான் ஜோராக இருக்கும்' என்று வேறொருவர் திருத்தம் கொண்டு வந்தார்.

'கடுங்காப்பி' (பால்சேராத கறுப்புக் காப்பியே) போதும் என்று மெஜாரிட்டி தீர்மானித்தது.

அது செயலில் நிறைவேறியது.

தூங்கிக் கிடந்த தூக்கப்பிரியர்கூட காப்பி என்ற பேச்சினாலும், அதன் நறுமனத்தினாலும் தாக்கப் பெற்று விழிப்படைந்தார். தமது பங்குக் காப்பியை இழந்துவிட அவர் தயாராக இல்லை.

அவரை பரிகசித்து, உரக்கக் சிரித்து உள்ளாசமாகப் பொழுது போக்கிய வேலையில்தான் அவர்களது கவனம் ஈர்க்கப்பட்டது. எவரேனும் ஒருவரது ஜாக்கிரதை உணர்ச்சியாலோ நெருங்கி வந்த ஆபத்து பலரது உடலில் உள்ளூர ஏற்படுத்திய ஒருவித உணர்வினாலோ, அது தெரிய நேர்ந்திருக்கலாம். ஒரே சமயத்தில் ஒன்றுக்கு மேற்பட்ட குரல்கள் அவசரமாய் வெடித்தன:

"ஏய், அங்கே என்ன அது என்ன?"

"என்னது, எங்கே?" என்று பலர் பதறினர். பார்வையால் இருட்டைத் துழாவ முயன்றனர்.

"அதோ கருப்பாத் தெரியுதே... தீக் கங்குகள் மாதிரி ரெண்டு மினுமினுக்குதே, அது கண்களாகத்தான் இருக்கணும்... புலியோ என்னவோ..." ஆள் ஆளுக்கு ஒவ்வொன்றை சொன்னார்கள்.

சிலர் தீயைக் கிளறி, பிரகாசமாய் எரியும்படித் தூண்டி விட்டார்கள்.

அது நெருங்கி வந்தது. தீயின் சூடு உறைக்கும் எல்லைக்கு வந்து நின்றது. எல்லோருக்கும் தெளிவாகப் புலனாயிற்று புலிதான்.

பெரிதாக எரியும் தீ வளையத்தினுள் பத்திரமாக இருந்தபோதிலும், புலியைக் கண்டதுமே மனிதர்களுக்கு உதரல் எடுத்தது. சிலர் அருகில் இருந்தவர்களோடு ஒட்டி நெருங்கி, தங்கள் பயத்தை சமாளிக்க முயன்றார்கள்.

புலி எரியும் நெருப்பின் அருகே நின்றது. சோம்பல் முரிப்பதுபோல் உடலை நீட்டி நெளித்தது. வேதனைப் படுவது போல் உறுமியது. கொட்டாவி விடுவது மாதிரி வாயை அகலத் திறந்து மூடியது. மீண்டும் திறந்தது. நெருப்பின் பக்கமாக நெருங்கி வாயைப் பிளந்து கொண்டு நின்றது.

அதன் கோரமான கூரிய பற்கள் மனிதரின் அச்சத்தை மேலும் அதிகப்படுத்தின.

நடமாடும் கலைக் களஞ்சியம் போன்ற அறிவாளி தனது ஞானத்தை வெளிச்சமிடத் துணிந்தார்.

இந்தப் புலி ஒண்ணும் பண்ணாது.

பொதுவா, புலிகள் எதையும் அடித்துக் கொன்று உடனடியாகத் தின்பதில்லை. கொல்லப்பட்டதை இழுத்துக் கொண்டு போய் ஒரு இடத்தில் வைக்கும். அந்தச் செத்ததின் இறைச்சியை பிறகு சாவகாசமாய்த் தின்னும். அந்த இறைச்சியில் புழு, கிருமிகள் உண்டாகிவிடுவதும் உண்டு. அப்படித் தின்கிற இறைச்சி புலியின் பற்களில் - இடை வெளிகளில் புகுந்து தங்கியிருக்கும். அவற்றில் புழு பூச்சிகள் மிகும். அவை புலிக்கு வேதனை தரும். அந்த நோவு தீர்வதற்தாக புலி நெருப்பு முன் நின்று வாயைப் பிளக்கும்.

சூடு இதமாக இருக்கும். அது மட்டுமல்ல, அந்தச் சூடு பட்டுப் புழு பூச்சிகள் செத்துப் போவதும் உண்டு. மிருகங்கள் தாமாகவே உணர்ந்து வைத்திருக்கிற இயற்கை வைத்தியம் இது. இந்தப் புலியும் பல்வலியால் ரொம்பவும் சங்கடப் படுவதாகத் தெரிகிறது. அதற்கு சிகிச்சை பெறத்தான் தீயை தேடி வந்திருக்கிறது."

"இருக்கலாம். ஆனாலும் நமக்கு பயமா இருக்குதே!" என்றார் ஒருவர் - பலருக்கும் நடுக்கம்தான்.

புலியின் உருவமும், அதன் பயங்கர முகமும், கண்களும் பற்களும் பார்த்து ரசிக்கப்பட வேண்டியனவாய் தோன்ற வில்லை அங்கே இருந்தவர்களுக்கு. 'அது என்ன செய்யுமோ? தீ அணையத் தொடங்கினால், புலி தாவி வந்து தாக்கக் கூடுமே! தீ எவ்வளவு நேரம் எரிந்து கொண்டிருக்கும்?- நெஞ்சில் பயிராகிவிட்ட பயத்தை வளர்க்கும் சத்துக்களால் எத்தனையோ ஐயப்பாடுகள்! '

அண்ணாச்சி துணிந்து ஒரு காரியம் செய்தார். எரிந்து கொண்டிருக்கும் கொம்பு ஒன்றை உருவி எடுத்து புலியை நோக்கி விட்டெறிந்தார்.

அவரைப் பின்பற்றி மற்றும் சிலரும் தீக் கொம்புகளை வீசினார்கள்.

புலிமீது ஒன்றும் படவில்லை.

ஆனால், எதிர்பாராதது நடந்தது.

அங்கும் இங்குமாய்ச் சிதறி விழுந்த நெருப்புக்கட்டைகள் புல் புதர்களுக்குத் தீ மூட்டின.

தீ வேகமாய் பொங்கி எரிந்தது. அடர்த்தியாய் மண்டிக் கிடந்த புல்களினூடே உற்சாகமாய் துள்ளி விளையாடத் தாவியது. நெடுகிலும் பரவியது, பாய்ந்து பரவும் தீயைக் கண்டு மிரண்டது புலி. அவ் வேளையில் எவரோ எறிந்த தீக்கொம்பு

ஒன்று அதன் உடம்பில் படவும், அது வேதனையால் உறுமியது. முன்னும் பின்னும், அங்கும் இங்குமாக ஒளிவீசிக் குதித்தாடிய தீயைப் பார்த்து உறுமியவாறே, உயிரைக் காப்பாற்றிக் கொள்ளும் உணர்வோடு, இருட்டின் பக்கம் ஓடியது. ஓடி மறைந்தது.

வனமாக வளர்ந்து கிடந்த புல் புதர்களினூடே ஒய்யார நாட்டியம் பயின்று முன்னேறிச் சென்றது. பெருந் தீயாகக் கிளைத்துத் தாவி உற்சாகமாக ஓடிக்கொண்டிருந்தது. பார்ப்பதற்கு அழகாகவும், அச்சமூட்டுவதாகவும் இருந்தது அது.

"இனிமேல் பயமில்லை. இந்தத் தீ லேசிலே அணையாது. எந்த மிருகமும் அதைத் தாண்டி நம்ம பக்கம் வந்து விடமுடியாது இனிமேலே" என்று சந்தோஷப்பட்டார் அண்ணாச்சி.

'சாத்தா கிருபை நமக்கு இருக்கையிலே நாம ஏன் கவலைப்படணும்?" என்று பக்தர்கள் முணுமுணுத்தார்கள்.

10. நிழல்களின் பின்னே...

குளுகுளு என்று தண்ணீர் ஓடி, பாத்திகளில் பரவிப் பாய்ந்து கொண்டிருந்தது. திடீரென்று ஒரு இடத்தில் உடைப்பு ஏற்படவும், புலவர், 'மம்மட்டியை எடுத்திட்டு வா. சீக்கிரம் மண்ணை வாரிப் போடு' என்று பரபரப்போடு சொன்னார் ராமையர்.

புதிதாக அவ்வூருக்கு வந்திருந்த சொக்கலிங்கம் வியப்போடு நிமிர்ந்து பார்த்தார். புலவர் தோட்ட வேலைகளில் ஈடுபட்டிருப்பது அதிசயமாகப்பட்டது அவருக்கு.

அவருடைய ஆச்சரியம் வளர்ந்து கொண்டே போயிற்று.

புலவரை வீட்டிலே வரச் சொன்னாங்க. கடைக்குப் போய் சாமான்கள் வாங்கி வரணுமாம்.

'பசு மாட்டுக்குத் தீவனம் போட்டாச்சா, புலவர்?'

புலவர், தொட்டியிலே தண்ணி இறைச்சு ஊத்து. குளிக்கணும்.

எங்கும் 'புலவர்'; எதற்கு எடுத்தாலும் 'புலவர்'.. அன்பர் பணி செய்யத் தன்னையே ஆளாக்கிக் கொண்டவர் போலும் இந்தப் புலவர் என்று தோன்றியது. சின்னவர்களும் பெரியவர்களும் சிறுசிறு வேலைகளுக்கெல்லாம் புலவரையே நாடினார்கள்.

அதிசயித்த சொக்கலிங்கம் நண்பரிடம் கேட்டார், 'புலவர் என்பது இந்த ஆளின் பெயரா?' என்று.

'பெயர்னும் வச்சுக்கிடலாம். இவனை எல்லாரும் புலவர்-புலவர்னுதான் கூப்பிடுறாங்க. நெசமாவே கறுப்பசாமி ஒரு புலவர்னும் சொல்லலாம். இவன் சொந்தமா பாட்டுகளை இட்டுக் கட்டிப் பாடுவான்' என்று ராமையா கூறினார்.

'புலவர் தோட்ட வேலையும் சில்லறை வேலைகளும் செய்து வேலைக்காரன் மாதிரி பிழைப்பு நடத்த வேண்டி யிருக்குதே! ஆச்சர்யம்தான்.' சொக்கலிங்கத்தின் வியப்பு குறைவதாயில்லை.

'கடவுளே இந்த ஊரில் ஏவலாளாராக இருந்து சகல வேலைகளும் செய்திருக்காரு தெரியுமா? ஒருவன் பேரு கடவுள்னு இருந்தது. எல்லாரும் ஏ கடவுள்னுதான் அவனைக் கூப்பிட்டாங்க. அவன் நிலாக் காலத்திலே பலீன் சடுகுடு ஆட்டத்திலே பிரமாதமா விளையாடுவான். கடவுள், விடாதே! அப் கடவுள், அப் அப்!... கடவுளை அமுக்கிப் புடின்னு உற்சாகிகள் கூச்சல் போடுவாங்க. தமாஷா இருக்கும்' என் று ராமையா சுவாரஸ்யமாக விவ ரித்தார்.

'கறுப்பசாமிக்கு புலவர்னு பட்டப் பேரு எப்படி வந்தது? அந்தப் பேரை அவனுக்குச் சூட்டினதே நீங்க தானோ?' என்று கேட்டார் சொக்கலிங்கம்.

அந்தப் பெருமை என்னைச் சேராது, நண்பரே! அது அவனுக்குக் குலப்பெயராக வந்து சேர்ந்திருக்கு.

'அவன் அப்பா சுப்பையாவும் புலவர் தான். இவன் தாத்தா கறுப்பண்ணனும் புலவராகத்தான் இருந்தாரு. இப்படி தலை முறை தலைமுறையா வளர்ந்து வரும் புலவர் வமிசத்தின் இன்றையக் குலக் கொழுந்து இந்தக் கறுப்பசாமி.'

ராமையா இந்தக் 'குலமுறை கிளத்துப் படலத்தோடு நின்று விடவில்லை.

'புலவர். இங்கே வாய்யா' என்று கூப்பிட்டார். 'ஐயா வுக்கு உன் திறமையைக் கொஞ்சம் காட்டேன். நீ கட்டிய பாட்டுகளை அவிழ்த்து விடு' என்றார்.

புலவர் சாதாரண ஆசாமிதான். வேட்டியை தார் பாய்ச்சிக் கட்டியிருந்தான். துண்டை தலையில் சுற்றியிருந்தான்

முண்டாசாக. மெலிந்த தோற்றம். அப்பாவி மாதிரிச் சிரித்தான்.

'சும்மா பாடு புலவர். ஐயா நல்லா ரசிப்பாங்க. உனக்கு நல்லது செய்வாங்க' என்று உற்சாகப் படுத்தினார் ராமையா

அவன் உரிய பிகு எல்லாம் பண்ணிவிட்டு, சட்டென்று உரத்த குரலில் பாடினான். அப்படிப் பாடுகிற போது அவன் இடது கை இடப்புறக் காதை பிடித்து மடக்கியவாறு இருந்தது.

அவனுடைய 'மேனரிசம்' அது என்று சொக்கலிங்கம் புரிந்து கொண்டார்.

ஆடுமில்லாம மாடுமில்லாமே
ஆலாப் பறக்குதே மோட்டார் வண்டி
காடு மேடெல்லாம் ஓடிஓடி
காத்தாப் பறக்குதே மோட்டார் வண்டி
மூடி மறைக்கும் புழுதி மண்ணு
மேகம் போலே பாய்ஞ்சு பரவுது!

பேஷ் பேஷ்!' என்றார் ராமையா. 'டூரிங் சினிமாக் கொட்டகை தீய்புடிச்சு எரிஞ்ச போது பாடினியே அதைச் சொல்லு' என்று தூண்டினார்.

பத்திக்கிடுச்சே பத்திக்கிடுச்சே
படம் ஓடும் கொட்டாயி - தீ
பத்தி எரிஞ்சிடுச்சே!
அய்யய்யோ அய்யய்யோ
ஆவ்னு வாய் பிளந்து
படம் பார்த்த ஆளுகள்ளாம்
பதறித் தவிச்சாங்க
பாய்ந்தோடத் துடிச்சாங்க.
ஆம்பிளைக பொம்பிளைக
அறியாப் புள்ளைகள்ளாம்
கண்ணு மண்ணு தெரியாம

திக்குத் திசை புரியாம
திண்டாடித் தவிச்சாங்க.
புகை மண்டிப் பரவியதே
தீ எவ்வி எவ்வித் துள்ளியதே.

'போதும் போதும் காதல் பாட்டாஏதாவது சொல்லு' என்று ராமையா டைரக்ட் பண்ணினார்.

சின்னஞ் சிறுத்த புள்ளெ
சிங்காரமான புள்ளெ
அலங்கரிச்ச தேருபோல
அசைந்து வரும்
சிவத்தப் புள்ளெ
மின்னலடிச்சதுபோல்
சிரிச்சாளே என்னைப் பார்த்து.

கருப்பசாமி குஷியாகப் பாடினான்.

'பார்த்தீமா புலவர் திறமையை! எப்டி, எப்டீன்னேன்' என்று ஜாலி பண்ணினார் ராமையா.

புலவருக்கு உச்சி குளிர்ந்தது. உற்சாகத்தோடு, மேலே மேலே பாட்டுகளை உலுப்பித் தள்ளினார்.

வாய்க்காங் கரையோரம்
அரளிப்பூ சிரிச்சதுபோல்
குலுங்கிச் சிரித்தாளே
குமரிப்பொண்ணு தங்கம்மா

'போதும் புலவர். நீ போயி வேலையைப் பாரு' என்று ராமையா அவனை அனுப்பி வைத்தார், 'இதைப் பத்தி நீங்க என்ன நெனைக்கீக?' என்று நண்பரைக் கேட்டார்.

'ஆச்சர்யம்தான். திறமை எங்கெங்கோ இருக்கு. எப்படி எப்படியோ மலருது. பிரகாசமா சிரிச்சுப் பல பேரைக் கவர்ந்தாலும் கவருது ; கவராமலே டிம் அடிச்சுப் போனாலும்

போகுது' என்று சொக்கலிங்கம் சொன்னார் வாய்ப்புக்கள் கிடைத்தால் இந்தக் கறுப்பசாமியும் தக தகன்னு ஜொலிக்கிற ஆசாமியா மாறினாலும் மாறி விடலாம். யாரு எந்த நேரத்திலே எப்படி மாறுவாங்க அல்லது என்ன ஆவாங்கன்னு என்னத்தை உறுதியாச் சொல்ல முடியுது இந்த வாழ்க்கையிலே!' என்றும் அனுபந்தம் சேர்த்தார்.

சொக்கலிங்கம் மீண்டும் அந்தச் சிற்றூருக்கு வருவதற்குள் ஐந்தாறு வருடங்கள் ஓடிவிட்டன.

அவர் அங்கே வந்தபோது ஊர் அப்படியேதானிருந்தது பயிர்கள் வழக்கம்போல் பலன் தந்து கொண்டிருந்தன.

'கிணற்றுநீர் பம்ப் செட் மூலம் மேலே வந்து, வாய்க்கால் வழி ஓடி, பாத்திகளில் ஜிலுஜிலுவென்று பாய்ந்தவண்ணம் இருந்தது. தண்ணீர் கருப்பஞ்சாறு மாதிரி ஜம்னு இருக்கு' என்று ஒருவர் சொன்னதும்தான் அவருக்கு அவன் நினைவு எழுந்தது.

'ஆமா, இங்கே வேலை செய்துக்கிட்டிருந்த கறுப்பசாமிப் புலவரை எங்கே காணோம்?' என்று நண்பரிடம் விசாரித்தார்.

"அவன் என்ன ஆயிருப்பான்னு நீங்க நினைக்கீக?" என்று மறு கேள்வி போட்டார் ராமையா,

எனக்கென்ன தெரியும்!

'என்ன வேணுமின்னாலும் ஆகியிருக்கலாம். செத்துப் போனாலும் போயிருக்கலாம்' என்று சொக்கலிங்கம் சொன்னார்.

'புலவர் சாகலே, ஆனா ஆளு இப்படி அடியோடு மாறிப் போவான்னு யாருமே நினைச்சதில்லே. உங்களாலே கற்பனை கூடப் பண்ண முடியாது' என்று நண்பர் திடமாகத் தெரிவித்தார்.

"அதுதான் நான் அடிக்கடி சொல்லிக்கிட்டிருக்கேனே - யாரு எந்த நேரத்திலே எப்படி மாறுவாங்க அல்லது என்ன ஆவாங்கன்னு எவரும் உறுதியாச் சொல்ல முடியாது..."

'போன தடவை நீங்க புலவரைப் பார்த்த போது, கடைசியா இப்படித்தான் சொன்னீங்க. இதை நான் மறக்கவேயில்லை, மறக்க முடியலே. புலவர் வாழ்க்கை யிலே ஏற்பட்ட மாற்றம், இந்தப் பேச்சு எவ்வளவு உண்மை யாப் போச்சு பார்த்தியான்னு என்னை அடிக்கடி எண்ணும் படி பண்ணிப் போட்டுது.'

'ஏன், அவனுக்கு என்ன ஆச்சு?' என்னென்னவோ ஆயிட்டுது போங்க! என்று இழுத்தார் ராமையா. தொடர்ந்து பெரிய தத்துவதரிசி மாதிரிப் பேசினார்.

பணம் மனுசங்களை எப்படி எல்லாமோ ஆட்டி வைக்குது. வாழ்க்கையிலே கஷ்டப்பட்டுக் கிட்டிருக்கிற ஒருவன் கிட்டே கொஞ்சம் பணம் திடீர்னு கிடைச்சிட்டா, அவன் மனம் ஒரே அடியா மாறிப் போகுது. ரொம்ப நிறையக் கிடைக்கணும்கிற அவசியமே இல்லை. பணத்தை மொத்தமாக் கண்டிராதவன் கிட்டே, எதிர்பாராம ஆயிரம் ரூபா வந்து சேர்ந்தாலும் போதும். உடனே அவன் பெரிய சீமான் ஆயிட்டதா நினைச்சுப் போடுதான். புலவர் விசயமும் இப்படித்தான் ஆச்சு. திடீர்னு அவனுக்கு ஒரு ரெண்டாயிரம் ரூபா கிடைச்சுது...

லாட்டரியிலே பிரைஸ் ஏதாவது கிடைச்சுதா?

இல்லியே. அவனுடைய அத்தை ஒருத்தி மண்டையைப் போட்டா. அவளுக்கு புள்ளை குட்டி கிடையாது.

புலவர் தான் கொள்ளி வச்சான்.

அந்தப் பெரிய மனுஷி சிறுவாடு சேர்த்தும், எது எதுவோ பண்ணியும் ரெண்டாயிரம் ரூபாவரை சேர்த்திருந்தா. அது இவனுக்கு வந்து சேர்ந்தது. அவ்வளவுதான். ஆளைக்

கைகொண்டு புடிக்க முடியாதும்பாகளே, அப்படி ஆயிட்டான். அவனுக்கு ரெண்டாயிர ரூபாங்கிறது பெரிய ஐஸ்வரியமாப் பட் டிட்டுது. தனக்கு நிகர் யாருமில்லேன்னு திரிய ஆரம்பிச்சான். நான் பெரிய புலவராக்கும்; நான் சினிமாவுக்குப் பாட்டு எழுதப் போறேனாக்கும்னு புலம்பித்திரிஞ்சான்...'

"அடப் பாவி, கெடுத்தானே கேட்டை! இந்த ஐடியாவை அவனுக்கு யாரு கொடுத்தாங்களோ?"

'உங்க மாதிரி ஒரு நண்பர்தான். நம்மைப் பார்க்க ஒரு ஃபிரண்டு வந்திருந்தாரு, புலவரு பாட்டைக் கேட்டாரு. ஆகா ஓகோன்னாரு. புலவர், நீரு சினிமாவுக்குப் பாட் டெழுதலாம் வேய்னு' புலவர் தலையிலே ஐஸ் வச்சாரு.

அப்போ இதுமாதிரி பாட்டுகளுக்குத்தான் சினிமாலே மவுசு அதிகம். இந்தப் புலவர் பாடியிருக்கிறதைவிட சாதாரண மானது, சாரமற்றது, வெறும் வார்த்தை அடுக்குகளால் ஆனதை எல்லாம் இசையோடு சேர்த்து ஜமாய்சிடுறாங்க. அதெல்லாம் பெரிய ஹிட் ஆயிடுது. நம்ம புலவரும் ஏன் சினிமாப் பாட்டுகள் எழுத முடியாதுங்கறேன்? ஏன் எழுதக் கூடாதுன்னு கேட்கேன்; அதிர்ஷ்டம் வேணும் சார். அதிர்ஷ்டம் கொஞ்சம் கண்ணடிச்சா, புலவரும் ஓகோன்னு வந்திடுவாருன்னு ஒரே அடியா தூக்கிட்டாரு. புலவர் தலை கிறுகிறுத்திட்டுதுன்னு தான் சொல்லணும் அது உள்ளார வேலை செஞ்சுக்கிட்டே இருந்திருக்கு. எதிர் பாராம, ரெண்டாயிரம் கெடச்சுதா? அதிர்ஷ்டம் கண்ணடிக்க ஆரம்பிச்சாச்சுன்னு புலவர் நம்பிவிட்டான். படத்துக்குப் பாட்டு எழுதறதுக்கு முன்னாடியே, நான் கவிஞராக்கும் என்று சொல்லி, குடிக்கலானான். பொம்பிளைகளைத் தேடிப் போனான். இந்த பட்டிக்காட்டிலே இருந்தால், உருப்பட முடியாதுன்னு சொல்லிப்போட்டு, ரயிலேறிட்டான்..

"எங்கே போறதுக்கோ?"

"பட்டணத்துக்குதான். வேறே எங்கே? கிராமங்களிலிருந்து மண் வாசனையோடு பாட்டெழுதும் திறமை பெற்றவங்க பட்டணம் போயி பிரமாதமா வளர்ந்திருக் காங்கன்னும் நம்ம ஃபிரண்டு சொல்லி வச்சாரே, அதை புலவர் மறப்பானா? கையிலே காசு இல்லாம ரயிலேறியும், லாரியிலே இடம் புடிச்சும், பட்டணம் வந்து சேர்ந்த சில பேரு பணமும் புகழும் சுகபோக வாழ்க்கையும் பெற முடிஞ்சிருக்குன்னு பத்திரிகை குறிப்புகளிலே அவனும் படிச்சிருந் தானே! இவன் கையிலே ஆயிரத்துச் சொச்சம் ரூபா வேறே இருந்ததே? பின்னே ஏன் உயர முடியாது? அவன் மனம் இப்படித்தான் வேலை செஞ்சிருக்கணும். போயிட்டான்!"

'அப்புறம்?'

'நாமறியோம் பராபரமேதான்!' என்றார் ராமய்யா.

'என்ன ஆனானோ பாவம்!' என்று சொக்கலிங்கம் அனுதாபப்பட்டார். 'அவன் எப்ப போனான்?'

போயி ரெண்டு வருசம் ஆகுது. அவன் என்ன வேணும்னாலும் ஆகியிருக்கலாம். பணத்தை பறிகொடுத்திருக்கலாம். எத்தன் எவன் கூடவாவது சேர்ந்து பணத்தை காலி பண்ணியிருக்கலாம். சோத்துக்குத் திண்டாடி, பிச்சைக்காரன் ஆகியிருக்கலாம். கூலிவேலை செய்யப் போயிருக்கலாம்.

ஓட்டல் எதிலாவது வேலைக்கு சேர்ந்திருக்கலாம். சீக்கிலே விழுந்து ஆஸ்பத்திரியிலே சேர்ந்து என்னவாவது ஆகியிருக்கலாம். ஆக்ஸிடெண்டிலே அடிபட்டிருக்கலாம்

'நீங்க சொன்னது மெத்தச்சரி- மனுசனுக்கு எந்தநேரத்திலே என்ன நேரும்னு யாருக்குத் தெரியும்? எது வேணும் னாலும் நடக்கலாம்!

பேரு பணம் புகழ் சுகபோகம் எல்லாம் அதிர்ஷடப் பரிசு மாதிரி வந்து சேர்ந்திரும்னு ஊரைவிட்டுப் போன புலவருக்கு

என்ன நேர்ந்ததோ? அவனே திரும்பி வந்து சொன்னால்தான் நமக்குத் தெரியும்' என்று முடித்தார் ராமையா.

(1969)

11. மனமூட்டம்

வானம் இருண்டு விட்டது.

இருளோ சமுத்திரமோ என்று, சூலுண்ட மேகங்கள் திரண்டு கவிந்து கனத்துத் தொங்குவதனாலே, எங்கும் கருங்கும் என்றாகி விட்டது.

இப்போது மணி நான்கு பத்துதான். ஆனாலும் ஆறு ஆறரை மணி இருக்கும் என்று மயங்க வைக்கிறது சூழ்நிலை.

இதுபோன்ற நேரங்களிலே என் மனம் சிறகுகளை ஒடுக்கிக்கொண்டு பொந்தினுள் ஒண்டிக்கொள்கிற சிறு பறவை ஆகிவிடுகிறது. இனம் புரியாத ஒரு குழப்பம் காரணமற்ற ஒரு சோகம்- உள்ளத்தில் குறுகுறுக்கிறது. படுக்கையில் குப்புற விழுந்து விம்மி விம்மி அழ வேண்டும் போல் தோன்றுகிறது.

மணலுக்குள் புதைக்கப் புதைக்க முண்டியடித்துத் தலை தூக்கி வெளியே வந்து குடுகுடு என ஓடுகிற கருவண்டு போல, உள்ளத்தில் புதையுண்டு கிடந்த நினைவுகள் சம்பந்தம் இல்லாமல்- தேவை இல்லாமல் -- மேலெழுந்து படர்கின்றன. என்றோ நிகழ்ந்தனவும், எப்பவோ எங்கோ கண்டனவும், இது போன்ற சமயங்களில் ஏனோ நிழலாட்டம் போடுகின்றன...

கறுப்பு அங்கி போட்டுத் தலைமுதல் கால்வரை மூடிக் கொண்டு, பூச்சாண்டி போல் தள்ளாடித் தள்ளாடி நடந்து வரும் கோஷாக் கிழவி ஒருத்தி குபுக்கென்று முளைக்கிறாள், பள்ளம் பள்ளமாய் கோடுகள் கீறிய முகமும், கோணிய உதடுகளும், பொடி தேய்த்துக் கறுப்பேறிய விகாரப் பற்களும் காட்டி அவள் பரிதாபமாகச் சிரிப்பது கோரமாக அச்சுறுத்துகிறது. அவளை நான் எனது பள்ளிப் பருவத்தில், வழியில் சந்தித்த நினைவு...

நீண்ட கறுப்புக் கோட்டு அணிந்த கருடமூக்குக் கணக்கு வாத்தியார், கண்கள் சிவக்க ஆங்காரமாக, எல்லாப் பையன்களையும் கையில் பிரம்பினால் வெளுத்து வாங்கியது வருகிறது. பள்ளிக்கூடம் முடிந்ததும், 'வயித்திலிங்க வாத்தியார் சாகாரா; எங்கள் வயித்தெரிச்சல் தீராதா?' என்று நாங்கள் எல்லோரும் கூச்சல் போட்டதும், அந்த வருடத்திலேயே அவர் பிளவை கண்டு அறுவை சிகிச்சையில் ஒப்பேறாமல் செத்துப் போகவும் எங்கள் வயிற்றெரிச்சலின் விளைவுதான் அது என்று வருந்தி நாங்கள் கண்ணீர் விட்டதும் மேலெழுந்து உள்ளம் கனக்கிறது...அழுதா லென்ன? இப்போதும் அழுதால் என்ன?

நான் ஆசையுடன் வளர்த்த காசித் தும்பைச் செடியில், முதல் பூ அடுக்கு அடுக்கான இதழ்களுடன் செக்கச் சிவந்து பூத்திருந்த அழகை அப்படியே செடியிலிருக்கவிட்டு நாள் முழுவதும் கண்டு மகிழ வேண்டும் என விரும்பியதும், பக்கத்து வீட்டுக் கன்னி வேகமாக வந்து வெடுக்கென அதைக் கிள்ளி எடுத்துக் கொண்டு அதே சுருக்கில் மறைந்து போனதும், என் நெஞ்சில் ஏற்பட்ட வடுவும்... என் கனவுகளை ஆசைகளை எல்லாம் காலக் கன்னி கொய்து கசக்கி வீசி விடுவாள் என்பதன் "ஸிம்பல்" தானோ அது என்று என் உள்ளம் அடிக்கடி எழுப்பிய கேள்விக் குறியும்... இதோ, இதோ என் மனசில் அலை தெறிக்கின்றன...

பள்ளிக்கூடத்தில் வருடாந்தரப் போட்டி விளையாட்டு நாள். 'ஸ்போர்ட்ஸ் டே.' நானும் என் தம்பியும் சிநேகிதர்களும் ஆனந்தமாக வேடிக்கை பார்த்துக் கொண்டிருந் தோம். உவகைக் கூச்சலுக்குக் குறைவே இல்லை. திடீரென்று வானம் இருண்டது. பெருமழை பிடித்து விளாசியது. மின்னலும் இடியும் பேயாட்டம் போட்டன. விளையாட்டுக் குழப்பத்தில் முடிந்தது. எல்லோரும் நனைந்து கொண்டு, இருட்டில் தடுமாறியபடி ஓடலாயினர்.

நாங்களும் மழையில் குளித்தவாறு வீடு திரும்பினோம். நடக்க வேண்டிய தூரமோ நெடுந்தொலை. துணையற்ற வழி

நெஞ்சிலே பயம். 'நான் எங்க வீட்டுக்குத் தலைப்பிள்ளை. இடி தலைச்சன் தலையைத் தேடிவந்து விழுமாமே?' என்று ஒருவன் பயந்து எங்கள் பயத்தையும் அதிகப்படுத்தினான். "அர்ச்சுனன் பேரைச் சொல்லு, அர்ச்சுனா, பார்த்தா, காண்டீபா..." என்று முணு முணுத்தான் இன்னொருவன். என் தம்பி - 'அர்ச்சுனன் பேர் பத்து, அர்ச்சுனன் பேர் பத்து' என்று புலம்பிக் கொண்டு வந்தான். பாதி தூரம்தான் வந்திருப்போம். சட்டுச் சடசடத்துக் கொட்டி முழக்கிய இடி தடால் என்று விழுந்தது. மின்னல் ஒளி வெள்ளமாய்ப் பாய்ந்தது. ஐயோ அம்மா என்று அலறிக்கொண்டு ஓடினார்கள் சிறுவர்கள். இடி எங்கோ விழுந்திருக்கிறது என்று புரிந்தது. ஊருக்கு மேற்கேயுள்ள மாதா கோயிலின் ஊசிக் கோபுரத்தில் இடி விழுந்து சிறிது சேதம் ஏற்பட்ட விஷயம் மறுநாள் தெரிய வந்தது. பயத்தாலும் குளிராலும் நடுங்கிக்கொண்டு நானும் தம்பியும் வீடு சேர்ந்தபோது இரவில் வெகுநேரம் ஆகியிருக்கும் என்று தோன்றியது. சூடான காப்பியும் சுடச்சுட தோசையும் கிடைத்தால் நல்லது என்று மனம் ஆசைப்பட்டது; வயிறு கேட்டது. ஆனால்... சூடாக, சுடச்சுட, முதுகிலே கிடைத்தது - அடி மேல் அடி.

'எங்கள் அம்மா பத்திரகாளி ஆக மாறி எங்களை எதிர்நோக்கிக் காத்திருந்தாள். ஏ சின்னச் சவங்களா? கரி முடிஞ்சு போற மூதிகளா? இந்த மழையிலே எங்கே தொலைஞ்சு போனீங்க? இப்ப ஏன் இப்படி சொட்டச் சொட்ட நனைஞ்சுக்கிட்டு வர்றீங்க?' என்று சொல்லுக்குச் சொல் அறை கொடுத்துத் தன் ஆங்காரத்தைத் தணித்துக் கொண்டாள். நாங்கள் அழுதோம்; குளிரும் பசியும் அறையின் சூடும் தந்த வேதனையால் குமுறிக் குமைந்து கண்ணீர் வடித்தோம். அப்போது மணி ஏழுதான்.

அது இப்பொழுது பசுமையாய் நினைவில் பூத்து நிற் கிறது. வாழ்வின் கொடுமையும் கசப்பும் சூழலும் எழுப்பி விடுகிற உணர்ச்சிக் கொதிப்பையும் உளப் புழுக்கத்தையும் சகிக்க முடியாமல் பெரியவர்கள் எறிகிற வாய்வீச்சுகளையும்

வேண்டிய கை வீச்சுகளையும் தாங்கிக்கொள்ள தவிர்க்க இயலாத, நிலையில் இருக்கிற சிறு பிள்ளைகளின் வாழ்க்கையை எண்ணவும் எனக்குத் துயரம் அதிகரிக்கிறது.

'நான் ஆற்றங்கரையில் நிற்கிறேன். அதுவரை பெய்திருந்த பெருமழையின் பயனாக ஆற்றில் வெள்ளம் கரை புரண்டு ஓடுகிறது. தனது கொடிய எண்ணங்களை உள்ளடக்கிக் கொண்டு மெதுவாக மிடுக்கு நடைபோடும் வன விலங்கு மாதிரி, நாசவேலை நினைப்பையும் அழிக்கும் ஆற்றலையும் வெளிப்படுத்தாமல் கவர்ச்சிகரமான காம்பீர்ய எழிலோடும் முன்னேறிச் செல்கிற ஒரு அணிவகுப்புப் போல, ஆறு நகர்ந்து கொண்டிருக்கிறது. எவ்வளவு நேரம் நின்று கவனித்தாலும் அலுப்பு ஏற்படுத்தாத இயற்கை வனப்பு. என்னய்யா இங்கே நிக்கிறீக?' கேட்டது யார் என்று பார்த்தால், சொர்ணம் பண்டிதர். நாட்டு வைத் தியர். ஆற்றைக் கடந்து அக்கரை செல்ல ஆயத்தம் செய்து கொண்டிருந்தார். வெள்ளம் அதிகமா யிருக்கே?' என்றேன். 'இருந்தா என்ன! போய் வந்து பழக்கம்தான். என்று அலட்சியமாகக் கூறி நீரில் பாய்ந்தார்.

பாதி ஆறு வரை போய்விட்டார். அப்புறம் சமாளிக்க முடியாது திணறினார். கால்களில் ஏதேனும் கோளாறு ஏற்பட்டது போலும். சுழித்தோடும் நீரின் இழுப்பு சக்தி அதிகமிருந்தது போலும். அவருடைய காலம் முடிந்துவிட்டது தான் முக்கிய காரணமே போலும், முங்கி முங்கி எழுந்தது தலை. சொர்ணம் பண்டிதர் ஒரே அடியாகப் போய்விட்டார். அவரின் மரணத் தவிப்பை, கரையில் நின்ற நான் செயலற்ற வனாய் - எதுவும் செய்ய முடியாதவனாய் - கூப்பாடு கூடப் போடாமல், அப்படிக் கூச்சல் போட்டாலும் ஆள் நட மாட்டம் இல்லாத அந்த இடத்தில் எவ்விதப் பயனும் ஏற்படாது என்று உணர்ந்தவனாய், நெஞ்சு பதைக்க, தொண்டைக் குழியில் துயரம் அடைக்க, 'ஐயோ பாவம், ஐயோ பாவம்' என்று மனக்குரல் புலம்பக் கவனித்துக் கொண்டிருந்தேன்.

சில வருஷங்களுக்கு முன் நிகழ்ந்த அது இப்போதுதான் நடப்பதுபோல் பளிச்சிடுகிறது. மனிதனின் மரணத் தவிப்பை, உயிர்களிடம் எவ்வித இரக்கமும் காட்டாத இயற்கையின் போக்கை, நினைத்து என் உள்ளம் கனக்கிறது. எனக்கு அழுகை முட்டி வருவது அதற்காகத்தானா?

ஒருநாள் கடலோரத்தில் நின்றேன் ஒரு நண்பனுடன். மேகங்கள் கறுத்துப் புரண்டு நெடுகிலும் பரவி வந்தது வேடிக்கைக் காட்சியாக இருந்தது. இருண்டு, மழை இறங்கி விடும் போல் தோன்றியது. போகலாம், போய்விடலாம் என்று நண்பன் துடித்தான். பதட்டம் காட்டினான். மழையில் நனைவது சுகமாக இருக்கும் என்று நான் நகரவில்லை. பலர் ஓடினார்கள். என்னை விட்டுவிட்டு ஓட அவனுக்கு மனம் வரவில்லை. பெரும் தூற்றல் விழுந்தது. நாமும் ஓடலாமே என்றான் அவன் பரிதாபகரமாக. மழை வலுத்தது,

மண்ணை, மரங்களை, எங்களை நன்கு குளிப் பாட்டியது, அதை அவனால் அனுபவிக்க முடியவில்லை. என் போக்கை ரசிக்க இயலவில்லை. 'வரும்போதுதான் சலவைச் சட்டை போட்டு வந்தேன். வீணாப் போச்சு' சலவைச் சட்டை பாழாயிட்டுது' என்து முணுமுணுத்துக் கொண்டிருந்தான்.

அனுதாபத்துக்குரிய அவன் தோற்றம் ஏனோ என் நினைவில் எழுகிறது...

இருண்டு, மேகம் கவிந்து கிடந்த ஒரு பொழுதிலே, மனிதர் எவருமற்ற வேளையில், காற்றுச் சீறிச் சுழன்று கொண்டிருந்த போது, அலைகள் ஆரவாரித்துப் பொங்கி எழுந்து மோதிப் புரண்டு நுரைக் குமிழ்களாய்ச் சிதறி நிலம் தடவி உள் வாங்கிக் கொண்டிருக்கையில், கடலி னுள்ளிருந்து ஒரு ஆமை- பென்னம் பெரியது - வெளியே வருகிறது. மேலேறி முன்னேறுகிறது. மணல் பரப்பில் மெது மெதுவா ஊர்ந்து செல்கிறது. சிரமப்பட்டு நடந்து சிறிது சிறிதாக முன்செல்லும் அது என் நினைவில் அசைகிறது. எதற்காக நீரினுள்ளிருந்து

இது வெளியே வந்து இப்படிச் சிரமப்படுகிறது என்று நான் நினைத்ததையும் எண்ணிக் கொள்கிறேன்.

மறுநாள் தெற்குக்கடற்கரை ரஸ்தாவில், ஒரு ஓரத்தில் செத்துக் கிடந்தது அந்த ஆமை. சாவதற்காகத்தான் அது கரைக்கு வந்தது போலும். லாரியோ எதுவோ அதை கொன்றிருக்கக் கூடும். மனிதர்கள் எவரேனும் சாகடித் திருக்கவும் கூடும். அல்லது இயற்கை மரணமாகவே இருத் தலும் கூடும். எப்படியோ உயிர்போய், உணர்வற்று இயக்க மற்று, அருவருப்புத் தரும் தோற்றமாய்க் கிடந்தது அந்த ஆமை என்னுள் சோகத்தை புகுத்தியது.

அதே உணர்வு இப்போதும் பொங்கி வருகிறது.

கிராமத்துக்குப் போக பஸ் கிடைக்காததனால் நான் நடக்கலானேன். ஆறுமைல் ஒரு பெரிய தூரமல்ல. ஆனால் நடுவழியில் மழை வந்து விட்டது. ஒரு ஆலமரத்தின் கீழ் ஒதுங்கினேன். குடையெனக் கவிந்து நின்ற அம்மரம் எனக்குக் குளுமையான நினைவை உண்டாக்க வில்லை. முன்னொரு சமயம், ஆலமரக் கிளை ஒன்றில் நாணிட்டுத் தொங்கிய கிழவன் ஒருவனின் உருவமும், அதை வேடிக்கை பார்க்கக் குழுமிய கூட்டமும் நினைவில் எழுந்தன. அவன் தற்கொலை செய்து கொண்டான் என்றும், இல்லை யாரோ அடித்துக் கொலை செய்துவிட்டு, தற்கொலை எனத் தோன்றும்படி இவ்வாறு கட்டித்தொங்க விட்டிருக்கி றார்கள் என்றும் விதவிதமாகப் பேச்சு எழுந்ததும் நினைவுக்கு வந்தது.

இதுவெல்லாம் இப்போதும் என் நினைவில் எழுவானேன்.

மழை பெய்து முடித்த பிறகு, மரமல்லிகை மரத்தின் அடியில் உதிர்ந்து கிடக்கும் 'பன்னீர்'ப் பூக்கள்...அதிகாலையில் மரங்களின் அடியில் விழுந்து நனைந்து கிடக்கும் பாதிரி பூக்கள்... ஓடையில் ஓடுகின்ற மழை நீரில் தாறுமாறாகக் கோலங்கள் கிறுக்கி ஆடும் பூச்சிகள் - சம்பந்தம் இல்லாமல் நினைவுக் குமிழ்களாக வெடிக்கின்றன...

அன்று ஏதோ விசேஷ நாள். அண்டை அயல்களில் குஷியும் கும்மாளியும். இயற்கை அழுதுகொண்டிருந்தது அடைமழை. நான் வெளியே எங்கும் போக முடியாத நிலைமை. காப்பி சாப்பிடக் கூடப் போக இயலவில்லை. கதவை அடைத்துக்கொண்டு அறைக்குள் ஒடுங்கிக் கிடந்தேன்- இப்போது மாதிரித்தான்.

என் உள்ளத்தில் சோகம் கப்பிக் கிடந்தது. காரணமில்லாமல் அழுகை பொங்கி வந்தது, வெளியாரின் விழா குதூகலத்தை அனுபவிக்க முடியாமல்- அனுபவிக்க மனமில்லாமல் அழுமூஞ்சித்தனமாக அறையினுள் கிடப்பதற்காகவும் நான் அழுதேன். யாருமற்ற தனியனாய் இப்பரந்த உலகத்திலே விடப்பட்டவன் போல, செய்யும் வகை அறியாது செல்லும் வழி தெரியாது திக்குத் திகாந்திரமற்ற பெருவெளியிலே தனித்து நிற்கும் ஒரு நாடோடிபோல, வெறுமை நிலையை உணர்ந்து அழுதேன், வெகுநேரம் வரை.

இப்போதும் அப்படித்தான்.

வெளியே மழை சினுங்கத் தொடங்கிவிட்டது. மணி ஆறை நெருங்கிக் கொண்டிருக்கிறது. மழை இருட்டுடன், விரைந்து வரும் இரவின் கருமையும் கூடிக்கொண்டது.

எங்கும் கன்னங் கனிந்த கருக்கிருட்டு......

சட்டென்று ஒரு நினைவு நிழல்.

திடீரெனச் சாடுகிறது மழை. மோதுகிறது காற்று. மழைக் கம்பிகள் வகுப்பு அறையினுள் பாய்கின்றன. எங்கள் சரித்திர ஆசிரியர் ஃபாதர் கோமஸ்- பிரிட்டிஷ் ஹிஸ்டரிப் புத்தகத்தில் உள்ள எட்டாவது என்ரியின் படம் போன்ற உருவம் பெற்றவர். பெரும் உடல் குறுந்தாடிச் சாமியார் - வாசலின் இரட்டைக் கதவுகளை மூடி அடைக்க முயல்கிறார். மோதும் காற்று அவரை உள்ளே தள்ளு கிறது. அவர் முழு பலத்தோடு போராடி, கதவுகளை ஒரு மாதிரியாக அடைத்துவிட்டபோது, வேகமாகச் சாடிய காற்று கதவுகளை வீசி அடித்து, அந்தத் தடி

உடல் மனிதனை அப்பால் தள்ளி விடுகிறது. மழை வெறிகொண்டு கம்பிகளை உள்ளே வீசி அடித்துக் களிக்கிறது.

நிகழ் காலத்திலே பிரத்யட்சமாய் நடப்பதுபோல் தோன்றுகிறது அந்தப் போராட்டக் காட்சி.

இயற்கையின் வெறிகொண்ட சன்னிதியில் மனிதன் செயல்திறன் இழந்து திணற நேர்வதை எண்ணவும் என் சோகம் மேலும் வலுப் பெறுகிறது. என் அழுகை பெருகு கிறது,

வாழத் தெரிந்தவர்கள் நடுவிலே - வாழத் துணிந்தவர்கள் மத்தியிலே - வாழ முடியாமல், பலரைப் போல் வாழ்வதற்குத் திராணி இல்லாமல், செயலூக்கத்தைக் கொன்றுவிடும் சோகத்தால் அலைக்கழிக்கப்படுகின்ற என்னைப் போன்ற அப்பாவிகளை எண்ணி அழுகிறேன். நான் ஒரு அழுகுணிச் சித்தன்.

இருட்டைப் போர்த்துக்கொண்டு இயற்கையும் அழுகிறது. ஏனோ?

(1969)

12. தோல்வியில் வெற்றி

யார் யாரோ எது எதற்காக வெல்லாமோ எழுதுகிறார்கள்; எழுதுவதாகச் சொல்லிக் கொள்கிறார்கள் கதைஞர் ரத்னவேலு அப்படி எல்லாம் சொல்வதில்லை. ஆனாலும், அவர் காதலுக்காகத்தான் கதைகள் எழுதுகிறார். அவருடைய கதைகளே இதை எக்காளமிட்டுச் சொல்லும்.

'காதலினால் மானிடருக்கு இன்பம் உண்டாம்..அது உண்டாம் - இது உண்டாம், ஆதலினால் காதல் செய்வீர் உலகத்தீரே!' என்று ஒரு கவிஞன் புலம்பிவிட்டுப் போனானே, அதைப் பின்பற்றி நாமும் காதல் வளர்க்கக் கதைப் பணிபுரிவோம் என்று ரத்னவேலு கருத்தில் கொண்டு எழுதி வருகிறார் போலும்' என்று எண்ணு கிறவர்கள் ஏமாற்றம் அடையவே நேரிடும்.

காதல் ரசம் நனி சொட்டச் சொட்ட அவர் சிறுகதை நெடுங்கதை, குறுநாவல், முழுநீள நாவல், வருஷக் கணக்கில் வளர்ந்து கொண்டே போகும் தொடர் நவீனம் எல்லாம் எழுதுகிறார் என்பது உண்மை. 'காதல் மன்னன்' என்ற பெயரை சினிமா உலகில் யாரோ பற்றிக்கொண் டிருப்பதனால்தான், ரத்ன வேலுவின் ரசிகமணிகள் அவருக்கு அந்தப் பட்டத்தைக் கொடுக்க முன்வரவில்லை என்பது 'சொல்லாமலே பெறப்பட வேண்டிய சங்கதி. இதிலிருந்து, அவருக்கு ரசிக மாணிக்கங்களும் ரசிகரத்தினங்களும், வைர வைடூரியங்களும் மிக நிறைய நிறையவே இருக்கிறார்கள் என்பது ஊகித்துக்கொள்ளத்தக்கதாகும்.

அவருடைய ரசிக மாணிக்கங்கள் "எட்ஸட்ரா எட்ஸட்ரா" காதல் கதைகளை விழுந்து விழுந்து படிக்கும் பண்பினர்; பிறகு சுவையான கனவுகளை வளர்க்கும் இயல்பினர். அப்புறம் அவருடைய காதல் படைப்புகளை எல்லாம் தொகுத்து பைண்டு செய்து வைத்துக்கொண்டு, தலை

யணையாக்கி, இன்ப உலகில் சஞ்சரிக்கும் சுபாவம் உடைய வர்கள் என்பதை ரத்தினவேலு நன்கறிவார். அவர்களை மாற்றக் கூடாது என்றுதான் அவர் ஒன்றைஒன்று விஞ்சும் விதத்திலே காதல் கதை ஓவியங்களைச் சுவையோடு எழுதிக் கொண்டிருந்தார்.

இப்படி, 'எல்லோரும் இன்புற்றிருக்க நினைக்கும் பராபரம்' ஆகத் தம்மை மாற்றிக்கொண்டு, காதல் கதை வளர்க்கும் ரத்னவேலுவுக்கு வாழ்வில் ஒரு ஏமாற்றம் துணையாக இருந்து வந்தது.

கதைஞர் ரத்னவேலு காதலுக்காகக் கதைகள் எழுது கிறார் என்பதன் உள்ளுறை பொருள் சற்றே விளக்கப்பட வேண்டிய ஒன்று ஆகும்.

கதைகள் வகையறா விடாது எழுதிக்கொண்டே இருந்தால் புகழ் வரும், பணம் கிடைத்தாலும் கிடைக்கும். பலரும் மதிப்பு வைத்து நம்மை பாராட்டுவார்கள். இப்படி ரொம்பக் காலம் எழுதிக்கொண்டே போனால் என்றைக் காவது எவராவது நிதி வசூலித்து நமக்குப் பொன் முடிப்பு வழங்குவார்கள். நாம் இருக்கும்போது மறந்து போனாலும் செத்த பின்னர் சிலை வைத்துக் கௌரவிப்பார்கள்- இன்னோரன்ன எண்ணங்கள் எழுதுகிற சுப்பர்களின் மன ஆழத்தில் புரண்டு அவர்களைப் பாடாய் படுத்துகின்றன. இதே போல 'இன்னொரு ஆசைப்பற்றி' கதை எழுதுவோரும் உளர். நம் எழுத்தில் மயங்கி, பலப்பல பெண்கள் நமக்குக் கடிதம் எழுதுவார்கள்; எத்தனையோபேர் நம்மைக் காதலிப்பார்கள்; ந மக்குக் காதலிகள் கிடைத்துக்கொண்டே இருப்பார்கள் எனும் ஆசைதான் அது.

இப்படி ஒரு ஆசை பற்றி அலைகழிக்கத் தொடங்கிய தனாலேதான் கதைஞர் ரத்னவேலு காதல் கதைகள் எழுத ஆரம்பித்தார்; எழுதுகிறார்; இந்த நம்பிக்கையோடுதான் எழுதிக்கொண்டே இருக்கிறார்.

ஏதேதோ எண்ணங்களோடும் நம்பிக்கைகளோடும் எழுதத் தொடங்கியவர்களுக்கெல்லாம் அவர்களுடைய எண்ணங்களில் "நாலிலே ஒன்றிரண்டு" பலித்திருக்கலாம்; அல்லது பலிக்காமல் போய் அவர்களை விரக்தியின் திரு உருவங்களாய் மாற்றி விட்டிருக்கலாம். ஆனால் ரத்ன வேலுவுக்கு ஏமாற்றம்தான் துணையிருந்தது. என்றாலும் அவர் நம்பிக்கையை இழந்து விடாமல் அற்புதமான காதல் படைப்புகளை உருவாக்கி வருகிறார்.

அவருக்கு பாராட்டுக்கள் நிறையவே கிடைத்துக் கொண்டிருந்தன. அவ்வப்போது ஒருசில பெண்களும் கடிதம் எழுதத்தான் செய்தார்கள். அவர் அவருடைய கதாநாயகிகளைத் துன்பம் எனும் இரும்புச் சட்டியில் அதிகம் போட்டு வாட்டி வதக்கி, நெருக்கடியான கட்டங்கள் எனும் கடுகு உளுத்தம் பருப்பெல்லாம் போட்டுத் தாளித்துக்கொட்டி வைக்கிறார்; என்றாலும், கதை முடிவிலே எப்போதும் இன்பம் தான் என்ற ருசியை ஏற்படுத்திச் சுவை மிக்கதாகப் படைக்கும் ஆற்றல் அவரிடம் இருக் கிறது. இந்த ரீதியில் ஒரு ரசிகை எழுதியிருந்தாள் என்று ரத்னவேலு அடிக்கடி கூறி மகிழ்வது வழக்கம்.

சில பெண்மணிகளை அவர் நேராகச்சந்திக்க வாய்ப்புகள் கிட்டியது உண்டு. அதெல்லாம் ஓடும் மேகங்கள் மாதிரி, தோன்றி மறைந்த சிறு நிகழ்ச்சிகள்தான். அவர் வீதியோடு போய்க்கொண்டிருப்பார். அவரை அறிந்த நண்பர்கள் மனைவியோடு, அல்லது மகள்களோடு எதிர்ப்படுவார்கள். அவர்கள் 'இவரைத் தெரியுமோ? இவர்தான் பேமஸ் ரத்னவேலு அற்புதமான கதைகள், நாவல்கள் எல்லாம் எழுதியிருக்கிறாரே, அந்த கற்பனைக் களஞ்சியம் இவரே தான்' என்று எதையாவது தங்களோடு வரும் பெண்களிடம் சொல்லி வைப்பார்கள். அவ்வேளைகளில் அப்பெண்களின் முகத்தில் பிறக்கும் மலர்ச்சியையும், கண்களில் சுடரும் விசேஷ ஒளியையும் அவர் கண்டு மகிழத் தயங்குவதே யில்லை. சிலர் நாங்கள் படித்திருக்கிறோம். ஸார் எழுதுகிற கதைகளை நான் படிக்காமல் விடுவதே கிடையாது.

எத்தனையோ தொடர்கதைகளைச் சேர்த்து வைத்திருக் கிறேனே' என்று குறிப்பிடுவார்கள். அப்போது அவர் உள்ளத்தில் பெருமையும் மகிழ்ச்சியும் பொங்கி நிறையும்.

இதற்குமேல், அவர் எதிர்பார்ப்பது அல்லது எதிர்ப் பாராதது எதுவும் நிகழ்ந்து விடவில்லை. அவர் எதிரே வருகிற பெண்களைப் பார்த்துப் பார்த்து, இவளைப் போல்- அல்லது அவளைப் போல எவள் எவளையோ போல எல்லாம்- தமது காதலி இருக்கலாம் என்று எண்ணுவதும் நிற்கவில்லை.

எண்ணிக்கொண்டே இருந்தால் என்றாவது அந்த எண்ணம் எண்ணியவிதமே செயலாகப் பரிணமித்து விடும் என்ற நம்பிக்கை ரத்ன வேலுவுக்கு உண்டு. அது அவ்விதமே நிகழ ஆரம்பித்துவிட்டது என்று அவர் மகிழ்ந்து போனார், அவர் பாதையில் சாந்தா குறுக்கிட்டபோது.

ரத்னவேலுவுக்குப் புதிதாக அறிமுகமான ஒருவரின் மகள் சாந்தா. எஸ். எஸ். எல்.சி. படித்து முடித்துவிட்டு, சோம்பேறியாகப் பொழுது போக்கிக் கொண்டிருந்தாள். அவளுக்குப் புத்தகங்கள் பெரிதும் உதவின. ரத்னவேலுக்கு அவளை அறிமுகப்படுத்திய தந்தை அவளுக்கு நிறைய புத்தகங்கள் கொடுத்து உதவும்படி நண்பரிடம் சிபாரிசு செய்தார். 'ஆகா, அதுக்கென்ன!' என்று தலையாட்டினார் கதைஞர். அதுமுதல் அவள் அடிக்கடி அவர் வீடு தேடி வரத்தொடங்கினாள். மணிக்கணக்கில் உட்கார்ந்து வம்பளப்பதில் உற்சாகம் கண்டாள். அவர் எழுதிய கதை களைப் பற்றியும், அவள் படித்த வேறு பல புத்தகங்கள் பற்றியும் அவள் தாராளமாக உரையாடினாள்.

சாந்தா கலகலப்பாகப் பேசிப் பழகும் சுபாவம் பெற் றிருந்தாள். சங்கோஜம் இல்லாமல் அவர் முன்னிலையில் நடந்து கொண்டாள். தனது வீட்டில் பழகுவது போலவே நாற்காலியில் சரிந்து கிடந்தும், தரையில் படுத்தும் புரண்டும். வாசல்படியில் சாய்ந்து நின்றும், கண்ணாடி முன் நின்று

ஒப்பனைகள் செய்து களித்தும் - அவ்வாறு செய்யும்போதே அவருடன் வாயாடியும், பொழுது போக்கினாள்.

அவள் அவ்விதம் பேசுவது வெறும் தொணதொணப் பாகவும், அவள் அங்கிருந்து நேரம் போக்குவது வீண் காலக் கொலையாகவும் அவருக்குத் தோன்றவே இல்லை. மாறாக, மனசுக்கும் கண்ணுக்கும் இனிய குளுகுளு விருந்தாகவே அவர் அவற்றைக் கருதினார். ரசித்தார்.

திடீரென்று ஒரு நாள் சாந்தா அறிவித்தாள் 'நான் கவிதை எழுதுகிறேன்' என்று.

'வந்ததடா விபத்து!' என்று அவர் எண்ணி முடிப்பதற் குள்ளேயே, "இதோ இருக்கு நான் எழுதிய கவிதைகள் படிச்சுப் பார்த்து எப்படி இருக்குன்னு சொல்லுங்க!" என்று அவள் உத்தரவிட்டாள்.

வளைகள் அணியாமல் வெறும் "ரிஸ்ட்வாட்ச் மட்டுமே கட்டிய கரம்தான் என்றாலும், அது ஆணைகாட்டும் போது மறுத்துரைக்கும் வலிமையை அவர் பெற்றிருக்கவில்லை. உடனடியாகவே படித்துப் பார்த்தார். பேஷ் பேஷ்! நன்றாகத்தான் எழுதியிருக்கிறாய்... அருமையாக இருக்குதே...அட, ஜோராக இருக்கே!... பிரமாதம்" என்று வியப்புரைகளை உதிர்த்தார்.

"சாந்தா, நீ ஒரு கவிஞி. இப்படி உணர்ச்சிகளை எழுதிக் கொண்டே இரு. பெரிய கவிஞி ஆகி விடுவாய்" என்று அவர் பாராட்டினார்.

சாந்தா கலகலவெனச் சிரித்தாள். 'பெரிய கவிஞி என்ன? மகா கவிஞி ஆகும் எண்ணம் எனக்கு உண்டு. தமிழில் மகா கவிகள் பலர் இருந்திருக்கிறார்கன். ஆனால் கவிஞி இருந்ததாக யாரும் இதுவரை குறிப்பிடக் காணோம். நான் அந்தக் குறையைப் போக்குவதற்காகவே கவிதை எழுத ஆரம்பித்தேன்' என்றாள்.

'பளா! பளா!வாழ்க நீ வெல்க!' என்று வாழ்த்தினார் கதைஞர். தொடர்ந்து சொன்னார். 'நல்லவேளை, நீ எனக்குப் போட்டியாக வரவில்லை. நீயும் கதை எழுதுகிறேன். நாவல் எழுதுகிறேன் என்று கிளம்பிவிட்டால், என்பாடு ஆபத்தாகிவிடுமே!' என்று.

அவள் வசீகரப் புன்னகை பூத்து, அவரை நோக்கினாள். கவர்ச்சிகரமாக மை பூசப்பெற்றிருந்த அழகிய பெரிய கண்களின் பொல்லாத பார்வை அது.

கிறங்கிப் போனார் கதைஞர். தமக்கு அவள்மீது காதல் பிறந்து வளர்ந்து வருகிறது எனும் உண்மையை அப்போதுதான் அவர் உணர்ந்தார். அதிலிருந்து அவர் சதா சாந்தாவை நினைப்பதிலும், அவள் தன்முன் இருக்கும் போது அவளையே பார்த்து, அவள் பேச்சைக் கேட்டு, சொக்கிக் கிடப்பதிலும் சுகானுபவம் பெற்றார்.

கவிதை உள்ளம் பெற்றிருந்த சாந்தாவுக்குக் கதைஞரான தம்மீது காதல் உண்டா இல்லையா என்பதை அறிந்து கொள்ளவேண்டும் வன்று தவியாய்த் தவித்தார். தமது உள்ளக் கிடக்கையை அவளிடம் வெளிப்படையாக அறி விக்கவோ தயக்கம். சங்கோஜமும் கூட. அவள் என்ன சொல்வாளோ, எப்படி நடந்து கொள்வாளோ என்ற குழப்பம் வேறு. ஆகவே, தமது ஆசையை அவளுக்குத் தெரியப்படுத்தாமலே - என்றாவது ஒருநாள் எப்படியாவது அதை அவளிடம் அறிவித்து விடவேண்டும் என்று எண்ணிக் கொண்டே காலத்தை ஏலத்தில்விட்டு வந்தார் ரத்னவேலு.

'இன்று சாந்தா வந்ததும் அவளிடம் சொல்லிவிட வேண்டியதுதான்' என்று உறுதிகொண்டு காத்திருந்தார் அவர். அன்று அவள் விசேஷமான ஒரு கவிதைபோல் வந்து சேர்ந்தாள்.அவள் தோற்றத்தில் வியப்படைந்து விழித்துக் கொண்டிருந்தார் அவர்.

அன்று அவள் என்றுமில்லாத சந்தோஷத்துடன் விளங்குவதாகத் தெரிந்தது. எதையோ எண்ணி எண்ணிக்

குறுநகை பூத்தாள். ஏதோ ஒரு பாட்டை மென்குரலில் இழையவிட்டாள், அவரைப் பார்த்துச் சிரித்தாள். கண்ணாடி முன் நின்று தன்னை அழகு பார்த்துக்கொண் டாள்.

உள்ளத்தின் குதூகலம் இப்படி மேனி முழுவதும் பொங்கி வழியும்படி பொங்கிப் பொங்கி வழியும்படி, என்ன விசேஷம் நிகழ்ந்து விட்டது?' என்று கேட்கத் துடித்தார் அவர். ஆயினும் தயங்கிக் கொண்டிருந்தார்.

அவள் அவர் முன்னே வந்து மேஜை மீது குனிந்து, முழங்கைகளை ஊன்றிக்கொண்டு அவரை உற்று நோக்கினாள். ஒரு விஷயம்... என்று தொடங்கினாள்.

ரத்னவேலுவின் மனம் இன்பச் சிறகு விரித்து இனிய கற்பனை வானில் மிதக்கலாயிற்று. அவளும் என்னைப் போலவே தவித்துக் கொண்டிருக்கிறாளா? என்னிடம் எப்படிச் சொல்வது என்று கூச்சம் கொண்டிருந்தாளா? இன்று சொல்லி விடுவது என்று துணிந்து விட்டாள் போலும்! என்ன அருமையான மன ஒற்றுமை!

அவள் அர்த்தமில்லாமல் சிரித்தாள். ஸார் வந்து... நீங்க தவறாக எண்ணிவிடக் கூடாது.

கலகலவென்று தயக்கமோ சங்கோஜமோ இல்லாமல் பேசிப் பழகும் சுபாவம் கொண்ட பெண்ணைக்கூட காதல் உணர்வு எவ்வளவு நாணம் உடையவளாக மாற்றிவிடு கிறது! அவர் உள்ளம் கிளுகிளுத்தது. 'ஊம்ங்?' என்று அவள் முகத்திலேயே பார்வை பதித்தார்.

அவர் பார்வையை எதிரேற்கத் திராணியற்றனவாய் அஞ்சனம் தோய்ந்த அழகு விழிகள் தாழ்ந்தன. அந்நிலையில் சொக்கினார் அவளது நீளிமைகளின் அழகிலே கதைஞர். நமக்கு முந்தி, தன் அன்பை, ஆசையை, அவள் நம்மிடம் தெரிவிக்கப் போகிறாள் என்று குதூகலித்தது அவர் உள்ளம்.

'ஸார், ஒருவரை இங்கே வரச்சொல்லியிருக்கிறேன். வழியில் தற்செயலாய்ப் பார்த்தேன். இந்த நேரத்தில் எங்கே போவது? நீங்கள் என் நல்ல நண்பர். இல்லியா? தப்பிதமா எடுத்துக் கொள்ள மாட்டீர்கள் என்று அவரை இங்கேயே வரச்சொல்லி விட்டேன்...'

அவள் மடமடவென்று பேசினாள். அவருடைய உடலினுள் - உள்ளத்திலோ எங்கோ-பல கோட்டைகள் இடிந்து பொல பொலவெனச் சரிவது போலிருந்தது அவருக்கு. திடீரென அளவிட இயலா அசதியும் பலவீனமும் அவர் மீது கவிந்து விட்டதுபோல் தோன்றியது. அவருள் ஊற்றெடுத் துப் பொங்கிய உவகைப் பெருக்கும் உணர்வுக் கிளுகிளுப்பும் சட்டென வற்றி மாய்ந்தன. அவர் மௌனச் சிலையாக உட்கார்ந்திருந்தார்.

அவர் நிலையைக் கவனிக்கும் நிலையில் இல்லை அவள். தனது குதூகல ஆனந்தத்தில் மிதந்து கொண்டிருந்தாள்.

'இங்கே தான் இருக்கியா?' என்று கேட்டபடி வந்து சேர்ந்தான் ஒரு இளைஞன், புது வெயிலில் மினுமினுக்கும் இயற்கை அழகுகள் போல் ஒளிக் கவர்ச்சியோடு மிளிர்ந் தாள் சாந்தா. அவனை அவள் பார்த்த பார்வை; அதில் நீந்திய பொருள்; அவள் கண்களில், முகத்தில், எழிலிட்ட காந்தச் சுடரொளி- எல்லாமே புதுமையாக இருந்தன ரத்னவேலுவுக்கு.

தம்மோடு பேசிப் பழகிய எத்தனை எத்தனையோ நாட்களில்- தம்முன் நின்று சிரித்து விளையாடி இன்ப உளறல்களாய்ச் சொற்கள் உதிர்த்துப் பொழுது போக்கிய கணக்கற்ற வேளைகளில் - ஒருநாள் ஒரு பொழுதேனும் அவளுடைய பார்வை இந்தவிதப் பொருள் பொதிந்து பாய்ந்த தில்லை; அவள் கருவிழிகள் இவ்வித இன்பக்கனலேற்று மிளிர்ந்ததில்லை; அவளே இத்தகைய எழிலோடு விளங்கிய தில்லை. அவளுடைய ஆசை, அன்பு, ஆர்வம் எல்லாம் அவள் பார்வையிலும் பேச்சிலும் செயல்களிலும் பிரதிபலித்துக் கொண்டிருந்தன. அவளுக்கு ஆனந்த உதயம்.

அவருக்கு ஆசையின், நம்பிக்கையின், அஸ்தமனம்தான். அவருடைய உணர்ச்சிகளை அவருள் அவரே கொன்று புதைத்து விட வேண்டியதுதான். அக உலகமும் புற உலகமும் இருண்டு விட்டதாக எண்ணினார் அவர்.

தன்னைத் தேடி வந்தவனோடு, உற்சாகப் பெருக்கோடும் மகிழ்ச்சித் துள்ளலோடும், கிளம்பினாள் சாந்தா. 'வரேன், ஸார்!' என்று கூவிவிட்டு, திரும்பிப் பாராமலே நடந்தாள்.

ஏமாற்றம் நெஞ்சை அழுத்த, நெடுமூச்செறிந்தார் ரத்னவேலு, சோர்ந்துபோய் உட்கார்ந்திருந்தார். சிறிது நேரம்தான்.

திடுமென்று விழித்தெழுந்தவர் போல் நிமிர்ந்து உட்கார்ந்தார் ரத்னவேலு. 'சந்தேகமில்லை; புதுச்சக்தி தோன்றும்' என மந்திரம் போல் உச்சரித்தார். பேனாவை எடுத்தார். வேகமாக எழுதத் தொடங்கினார்.

'காதல் தூங்குக. காதலி தொலைக. என் வாழ்க்கையில் இவை அஸ்தமித்துப் போனால் என்ன? அதற்காக நான் மனமிடிந்து போவதா?' எனக்குக் கதைகள், நாவல்கள், குறுநாவல்கள், தொடர்கதைகள் எழுதும் ஆற்றல் இருக்கிறது. அவற்றிலே காதலையும் காதலர்களையும் இஷ்டம் போல் விளையாட விடுவேன். அது தனி உலகம். எனது இன்ப உலகம். அங்கு எனக்கு எப்போதும் வெற்றி. அந்த சுகமே தனி!" என்று அவர் மனம் மிடுக்குடன் கீதம் இசைக்க, ரத்னவேலு எழுதிக்கொண்டே இருந்தார்.

(1968)

13. எங்கே சேர்க்குமோ?

உள்ளத்தில் எண்ண அலைகள் மோதிக் கொண்டிருக்க அமைதி இழந்து தவித்த சதானந்தத்தை அன்றைய அனுபவங்கள் தீர்மானமாக ஒரு முடிவு எடுக்கும்படி தூண்டின.

'போதும் இந்த நகர வாழ்க்கை!' என்று பெறு மூச் செறிந்தார் அவர்.

சில மாதங்களாகவே அவருக்குப் பட்டணத்து வாழ்க்கை மீது வெறுப்பு வளர்ந்து வந்தது.

- வீட்டை விட்டு வெளியே போனால், மனுசன் உருப்படியாக வீடு திரும்ப முடியும் என்று நம்புவதற்கில்லை. தெருவுக்குத் தெரு திடீர் விபத்துகள். ஒரு ரோடைக் கடந்து மறுபக்கம் போக வேண்டுமானால், பத்து பதினைந்து நிமிடங்கள் காத்து நிற்க வேண்டியிருக்கு. ஆட்டோக்களும் சைக்கிள்களும் மோட்டார் பைக்குகளும் கண்மூடித் தனமாக ஓடுகின்றன. நடந்து போறவங்கதான் கண்ணைத் திறந்து மிகுந்த விழிப்பு உணர்வுடன் போக வேண்டியிருக்கு.

இப்படி அவர் மனம் குமைந்தது.

-வரவர நகரம் நரகமாக வளர்ந்து கொண்டிருக்கு. ஏகப்பட்ட கும்பல், பரபரப்பு, நெருக்கடி... அசுத்தங்கள், அழுக்குகள், ஆரோக்கியக் குறைவுகள்... இவற்றுக்கு எல்லாம் மேலாக, எப்போது எங்கே என்ன வெடிக்கும், வசதிக் குறைவுகளையும் தொல்லைகளையும் ஏற்படுத்தும் என்று சொல்ல முடியாத நிலைமைகள்.

அன்று அப்படித்தான் நடந்தது. சதானந்தம் பணம் எடுக்கவேண்டும் என்று பாங்குக்குப் போனார்.

அங்கே போனதும்தான், 'திடீர் வேலை நிறுத்தம்' எனத் தெரிந்தது.

அகில இந்திய ரீதியில் ஒரு பொது நிறுவனம் போனஸ் தேவை போன்ற சில உரிமைக்கோரிக்கைகளை முன்வைத்து வேலை நிறுத்தம் செய்துகொண்டிருந்தது. அப்படி ஸ்டிரைக் செய்தவர்களுக்கு ஆதரவு காட்டும் விதத்தில் பாங்குகளும் 'ஒரு நாள் அனுதாப வேலை நிறுத்தம்' என்று ஸ்டிரைக் செய்திருந்தது.

சதானந்தம் செயலற்றவரானார். பஸ் ஸ்டாப்பில் காத்து நின்று, சிரமப்பட்டு ஒரு பஸ்சில் ஏறி, இடித்து நெருக்கி உட்புகுந்து, நின்றுகொண்டே பயணம் செய்தார்.

ஓடிக்கொண்டிருந்த ஒரு பஸ் திடீரென நின்றது- நிறுத்தப்பட்டது.

ஒரு கல்லூரியின் மாணவர்கள், போகிற வருகிறபஸ்களை மறித்து நிறுத்தினார்கள்.

ஏதோ ஒரு கல்லூரியை சேர்ந்தவர்கள் சில கோரிக்கைகளை முன் வைத்து, ஸ்டிரைக் செய்து கொண்டிருந்தார்கள்.

அவர்களுக்கு அனுதாபம் காட்டும் முறையில் வேறு மூன்று நான்கு கல்லூரிகளின் மாணவர்களும் ஸ்டிரைக்கில் ஈடுபட்டார்கள். பஸ்களில் தொத்திக்கொண்டும் தொங்கிக் கொண்டும் பிரயாணம் செய்தார்கள் பல பேர். கண்டக்ட ருக்கும் மாணவர்களுக்குமிடையே வாக்குவாதம் ஏற்பட்டது. மோதல் நிகழ்ந்தது. அதனால் மாணவர்கள் பஸ்களை மறித்து மறித்து நிறுத்தினார்கள். சில பஸ்கள் மீது கற்கள் வீசப்பட்டன.

சதானந்தம் சென்ற பஸ்சுக்கும் அந்தக் கதி நேர்ந்தது. பயணிகள் அனைவரும் கீழே இறங்கும்படி கட்டாயப் படுத்தப்பட்டார்கள்.

சதானந்தமும் இறங்கினார். அங்கே காணப்பட்ட சூழ்நிலை அவருடைய மனக் குமைதலை அதிகப்படுத்தியது. இப்போதைக்கு நிலைமை ஒன்றும் சீர்படாது என்று தோன்றவே அவர் நடக்கலானார். நடந்து வீடுபோய் சேர்வது என்பது கொஞ்சம் சிரமமான காரியம்தான். ஆனாலும் வேறு வழியில்லை.

அப்போது அவர் உள்ளத்தில் அந்தத் தீர்மானம் உறுதிப்பட்டது. பட்டணம் இனி நமக்குச் சரிப்படாது. ஆரோக்கிய நிலைமை சீர்கெட்டு வருகிறது. வசதிக் குறை வுகள் அதிகரிக்கின்றன. இதற்கெல்லாம் இங்குள்ள மனிதர் களின் போக்குகள் தான் காரணம். உழைக்காமலே உல்லா சங்களை அனுபவிக்க ஆசைப்படுகிறவர்கள் பெருத்துப் போனார்கள். கடமைகளை செய்ய மனம் இல்லாமல் உரிமைகளை அதிகம் அதிகமாகக் கோருவதும், அவற்றுக் காகப் போராடுவதும், சுயநலத்தோடு மற்றவர்களையும் போராடும்படி தூண்டுவதும் வளர்ந்து கொண்டே போகிறது.

மனிதர்கள் சந்தோஷமாக வாழவேண்டும். அமைதி வளர்க்க வேண்டும். அவரவர் காரியங்களை ஒழுங்காகச் செய்து வாழவேண்டும். வாழ்க்கை வசதிகள் வஞ்சிக்கப்பட் டுள்ள தற்கால சமூக வாழ்வில், இருக்கிற வசதிகளையும் உரிய வகையில் அனுபவித்து அமைதியாக வாழவிடாமல் கெடுக்கிறபோக்குதான் வெறியாட்டம் போடுகிறது. இது சதானந்தத்தின் அபிப்பிராயம்.

அவர் பெரும் வசதிகள் படைத்தவர் இல்லை. நடுத்தர வர்க்கத்தை சேர்ந்தவர். மற்றவர்களுக்கு தன்னால் இயன்ற நன்மைகளை செய்பவர். நல்லது செய்ய முடியாவிட்டா லும் பிறருக்கு தீமைகள் புரியாமல் இருப்பது நல்லது; சமூக வாழ்வில் சீர்குலைவுகளையும் சீர்கேடுகளையும் உண்டாக்காமல் வாழ்வது நல்லது என்ற கருத்து உடையவர்.

கால ஓட்டத்தில் சகஜமாக நிகழ்ந்து கொண்டிருந்த சம்பவங்கள் அவருக்கு எரிச்சல் தந்தன. நகரத்தில்தான்

அரசியலும் அரசியல்வாதிகளும் அதிகமாகி, அமைதியான வாழ்வுக்கு ஊறு செய்வதாக சதானந்தம் கருதினார். கிராமங்களில் அமைதியும் ஆனந்தமும் நிலைபெற்றிருக்கும் என்று அவர் நினைத்தார்.

எனவே, ஒருநாள் அவர் ரயிலில் பயணமானார். உரிய இடத்துக்கு உரிய காலத்தில் போய் சேர்ந்து விடலாம் என்ற நம்பிக்கையோடுதான் அவர் புறப்பட்டார்.

ஆனால், முக்கியமான ஒரு உரிமைப் போராட்டம் காரணமாக, ரயில்கள் மதுரை ஸ்டேஷனிலேயே நிறுத்தப் பட்டு விட்டன. மதுரைக்குத் தெற்கே ஒரு ரயிலும் போகாது என்ற உண்மை அங்கே போன பிறகுதான் அவ ருக்கும் அவரைப் போன்ற பயணிகளுக்கும் புரியவந்தது.

மதுரையில் பிரயாணிகள் மிகுந்த சிரமங்களை அனுபவிக்க நேர்ந்தது.சதானந்தமும் தொல்லைகள் அனுபவித்தார். வெகுநேரம் காத்துக் கிடந்தார். கும்பலோடு கும்பலாய் முண்டியடித்து, ஏதோ ஒரு பஸ்சில் இடம் பிடித்து எப்படியோ ஊர் போய்ச் சேர்ந்தார்.

அவருடைய ஊரான சிவபுரம் அமைதி தவழும் அழகான கிராமம். ஒரு நகரத்தின் அருகாமையில் இருந்தது. 'டவுன்பஸ்' அடிக்கடி போய் வந்தது. ஆகவே கிராமத்தின் சுகங்கள் அலுத்துப் போகிறபோது - அல்லது, நகரத்தின் நாகரீக வாடை தேவைப்படுகிறபோது - சில காசுகள் செலவில் நகருக்குப்போய், பொழுது போக்கிவிட்டு, திரும்பி விடலாம்.

கிராமத்தில் பொதுவான குடிநீர் வசதி, மின்விளக்குகள், பஞ்சாயத்து ரேடியோ எல்லாம் இருந்தன.

சதானந்தம் திருப்தி அடைந்தார்.

ஆனால், அது 'அல்பாயுசு திருப்தி' தான்.

அவர் வீட்டில் அடி பம்பு இருந்தது. அதில் வந்த தண்ணீர் சிறிது கடுத்திருக்கும். குடி தண்ணீருக்கும் சமையலுக்கும் தெருவில் உள்ள பொதுக் குழாய் நீரைத்தான் பயன்படுத்துவார்கள்.

ஒருநாள், பைப்பில் தண்ணீர் பிடித்து வரச்சென்ற வேலைக்காரி திரும்பி வருவதற்கு நேரமாயிற்று. அப்படியும் வெறும் குடத்துடன்தான் வந்தாள். உடனடியாக கூட ஒரு கதையும் கொண்டு வந்தாள்.

- தண்ணீர் பிடிப்பதில் பெண்களுக்குள் தகராறு. ஒருத்தியே ஆறேழு பெரிய பாத்திரங்களில் பிடிப்பதில் முனைந்து நின்றாள். அடுத்தவளுக்கு இடம் விடாது தகராறு பண்ணினாள். ஒவ்வொரு வீட்டுக்காரியும் இப்படியே செய்தாள். இதனால் சண்டை விளைந்தது. அவசர மாக ஒரு குடம் தண்ணீர் பிடிக்க முந்திய ஒருத்தியை மற்றவர்கள் ஒதுக்கித் தள்ளினார்கள். அவள் ஆத்திரத்தோடு திட்டியவாறு திரும்பிப் போனாள். அவள் புருஷன் வந்தான், கடப்பாறையும் கையுமாக. இது பொதுக் குழாய்! எனக்கும் என் பொண்டாட்டிக்கும் தண்ணீர் கிடையாதுன்னு சொன்னா, ஊர்காரனுங்களுக்கும் இந்த பைப்பு முலம் தண்ணீர் கிடைக்கக் கூடாது என்று கத்தினான். குழாயையும் அதை இணைக்கும் பைப்புகளையும் கடப்பாறையால் தகர்த்து நொறுக்கினான். 'கரும்புச் சாறு போன்ற அருமையான தண்ணீர்' தெருவிலே பெருக் கெடுத்து ஓடியது.

தொடர்ந்து ஓடலாயிற்று. குழாயை ரிப்பேர் பண்ண எவரும் முயற்சி எடுக்கவில்லை. முரட்டுத்தனமாக ஒருவன் தன்னகங்காரத்தோடும் மிருக பலத்தோடும் செயலாற்றத் துணிந்தபோது அவனைத் தடுக்க சக்தியற்றுப்போயிருந்தது. அந்த ஊர்.

'மனிதர்களுக்கு என்ன நேர்ந்து விட்டது? கிராம சமு தாயத்துக்கு என்ன வந்து விட்டது?' என்று எண்ணிப் பெரு மூச்செறிந்தார் சதானந்தம்.

மறுமொரு பொது நிகழ்ச்சி அவரது உள்ளக் குமை தலை அதிகப்படுத்தியது.

எதிர் டவுனுக்குப் போவதற்காக பஸ்சின் வரவை பார்த்து பலர் காத்து நின்றார்கள். அவர்களில் சதானந்தமும் ஒருவர். வெகுநேரம் ஆகியும் பஸ் வரவில்லை.

அது வராது என்று புரிந்தது.

ஒருவன் குடித்துவிட்டு பஸ்சில் ரகளை செய்தானாம். கண்டக்டரை முறைத்தானாம். டிரைவரை ஏசிப்பேசினா னாம். "ஸ்டாப்" இல்லாத இடத்தில் அவன் இறங்க வேண்டும் என்று பஸ்ஸை நிறுத்தும்படி சொல்லியிருக்கிறான். பஸ் நிறுத்தப்பட வில்லை. அதனால் கோபம் கொண்ட அவன் டிரைவரை அடித்தான். பஸ் நிறுத்தப் பட்டது ஒரே அடியாக. இதர பஸ்களும் ஊருக்குள் வரா. என்ற நிலைமை ஏற்பட்டது.

'கலைட்னிங் ஸ்ட்ரைக்' ! இது பல நாட்கள் நீடித்தது. வெளியூர் போக வேண்டியவர்கள் திண்டாடினார்கள்.

-இந்த நாடு எங்கே போய்க்கொண்டிருக்கிறது? மனிதர்களுக்கு நாடு நெடுகிலும் - நகரங்களிலும் கிராமங் களிலும் - என்ன ஏற்பட்டுவிட்டது? ஏன் இத்தகைய செயல்கள் பரவலாக அதிகரித்துக்கொண்டே போகின்றன?

எண்ண அலைகள் அவர் உள்ளத்தில் புரண்டன.

இப்படிப்பட்ட சிறிதும் பெரிதுமான பல செயல்கள் அவருக்கு உறுத்தல் தந்தது. அவர் மனம் சூடுற்றது.

-சுதந்திரமாகச் செயல்படுகிற ஆசை பலரையும் பிடித்தாட்டுகிறது. தன்னலப் போக்கும், தான் எனும் அகந்தையும் மிகுந்து விட்டன. பேசுகிற உரிமை, போராடு கிற உரிமை, சண்டைபிடித்து உரிமையை நிலைநாட்டுகிறப் தன்மை, எல்லாவற்றையும் விளையாட்டுபோல- பொறுப் பற்ற நிலையில், கையாள்கிற இயல்பு வளர்கிறது. உரிமைகள்

கோரிக்கைகள் எனும் அக்கினிக்குஞ்சுகளை நெடு கிலும் இஷ்டம்போல வீசி எறிகிறார்கள் பலப்பல பேர்.

அக்கினிக் குஞ்சு ஒன்று கண்டு அதை ஒரு மரப்பொந்தினில் வைத்த பித்தன், காடு முழுவதுமே வெந்து தணிவதைப் பார்த்தானாம். நாடு பூராவும், எங்கெங்கு பார்த்தாலும் விதைக்கப்படுகிற அநாவசியமான கிளர்ச்சிகள்- திட்டமில்லாத போராட்டங்கள் - சுயநலத்தினால் தூண்டப்படுகிற எழுச்சிகள் எல்லாம் எங்கே கொண்டு போய் சேர்க்குமோ இந்த நாட்டை?

சதானந்தம் உள்ளம் அமைதி அடைய முடியாத நிலையில் தத்தளித்தது.

(1991)

★★★

www.ingramcontent.com/pod-product-compliance
Lightning Source LLC
LaVergne TN
LVHW051103051026
849532LV00004BB/1419
9788199811744